കടൽ പരൽമീനുകളെ കൊല്ലുന്ന വിധം

INSIGHT PUBLICA®

Nadakkavu, Kozhikode, Kerala, 673011
www.insightpublica.com
e-mail: insightpublica@gmail.com
Title: **Kadal Paralmeenukale Kollunna Vidham**
(Malayalam Poems)
Author: **Pradeesh Kunchu**
First Edition: May 2023
Book Design: kjvj@insight

Printed and Published by
InsightinPublica Printers & Publishers Pvt. Ltd.
ISBN 978-93-5517-374-4

കടൽ പരൽമീനുകളെ കൊല്ലുന്ന വിധം

പ്രദീഷ് കുഞ്ചു

INSIGHT PUBLICA ®

പാലക്കാട് ജില്ലയിലെ കണ്ണാടി ഗ്രാമത്തിൽ അമ്മുക്കുട്ടി, കുഞ്ചു ദമ്പതികളുടെ മകനായി ജനിച്ചു. കണ്ണാടി എ.ബി.യു.പി., കെ.എച്ച്.എസ്., കെ.എച്ച്.എസ്.എസ്., ഗവണ്മന്റ് കോളേജ് ചിറ്റൂർ എന്നിവിടങ്ങളിൽ വിദ്യാഭ്യാസം. സിൻഡിക്കേറ്റ് ബാങ്ക് അസിസ്റ്റന്റ് മാനേജറായി പ്രവർത്തിച്ചിരുന്നു. ഇപ്പോൾ ഗവണ്മെന്റ് കോളേജ് ചിറ്റൂരിൽ അദ്ധ്യാപകനായി ജോലി ചെയ്യുന്നു. പരിസ്ഥിതി- സാമൂഹിക പ്രവർത്തകൻ. 'ചിതലരിക്കാത്ത ചിലത്' എന്ന കവിതക്ക് സുമാമോഹൻ സംസ്ഥാന കവിതാപുരസ്ക്കാരം ലഭിച്ചിട്ടുണ്ട്. മാസികകളിലും സാമൂഹിക മാധ്യമങ്ങളിലും കഥകളും കവിതകളും എഴുതുന്നു.

പ്രദീഷ് കുഞ്ചു

ചൂണ്ടയിൽ കുരുങ്ങിയ മീനുകളെക്കുറിച്ച്

പതിവുജീവന്റെ വേരുകളെവിട്ട്, ഞാഞ്ഞൂൾ പ്രലോഭനങ്ങളെ അതിജീവിക്കാനാവാത്തവിധം കവിത നിങ്ങളെപ്പോലെ എന്നെയും ചൂണ്ടയിൽ കുരുക്കിയിടാറുണ്ട്. അങ്ങനെ ചിന്തയുടെ ഓളങ്ങൾ നിറയെ മീനുകൾ. കണ്ണടക്കാനാവാതെ, ഒരിടത്തൊട്ടാനാവാതെ, ചിറകടിച്ച് ചിറകടിച്ച്, പിടഞ്ഞ് പായുന്ന വിശപ്പിന്റെ സന്തതികൾ; കവിതകൾ

എങ്കിലും, അഗാധമായ മനുഷ്യ സങ്കല്പങ്ങളെ അപ്പാടെ വലയിലാക്കാനുള്ള കരവിരുതൊന്നും എന്റെയീ ചൂണ്ടയ്ക്കുണ്ടാവണമെന്നില്ല. ആഴങ്ങളുടെ കാവൽ മറന്ന്, പുറമെയുടെ ചൂടുതേടി ചൂണ്ടക്കൊളുത്തിൽ ഇടറി വീണവ; അത്രമാത്രം, എന്റേതല്ലാത്ത എന്നാൽ എന്നിലൂടെ ചാലിട്ട് വന്ന കവിതകൾ.

കവിതയെ പിടിക്കാമെന്ന വ്യാജേന എഴുത്തിലേക്ക് ഉടുപ്പൂരി എടുത്തു ചാടുകയായിരുന്നില്ല. മറിച്ച്, കവിതയെന്ന ചൂണ്ടവന്ന് വീണതെന്റെ നെഞ്ചിൻ കൂട്ടിലേക്കായിരുന്നു; തികച്ചും ബലഹീനമായ എന്റെ നെഞ്ചിൽ. വീണവീഴ്ചയുടെ ആഴത്തിൽ നഗ്നത മറയ്ക്കാം എന്നതായി സ്വപ്നം. എന്നാൽ വെള്ളം, അതെന്റെ നഗ്നതയെ ഒന്നുകൂടി കഴുകിയൊരുക്കി. പിന്നെ എവിടെ ഒളിച്ചാലും തിരഞ്ഞാലും എനിക്കുതന്നെ എന്നെ കണ്ണാടിപോലെ കാണാമെന്നായി. ആഴത്തിൽ ഒളിച്ചുനീന്തിയ ഇടങ്ങളിൽപോലും, മറ കണ്ടില്ല. കണ്ടതും കേട്ടതും കൊണ്ടതുംകൊണ്ട് ഞാനീ ചുറ്റുപാടിൽ കൂടുതൽ സ്വതന്ത്ര്യനായ നഗ്നനാണെന്നറിഞ്ഞു. ചുറ്റുപാടും!. നഗ്നതയുടെ സ്വാതന്ത്ര്യം.

ആവിധം കണ്ടെടുത്ത പൊരുളറിയാത്ത സ്വാതന്ത്ര്യത്തിൽ വിളിച്ചുപറഞ്ഞവയാണ്, ഈ പുസ്തകത്തിൽ ചില ഭ്രാന്തൻ കവിതകളായി ജടപിടിച്ചു നില്ക്കുന്നത്.

ഉരുകുന്ന ജലരാശിക്ക് മുകളിലായെന്റെ,
ഉലയുന്ന പ്രാണന്റെ ഛായാമുഖം.

അങ്ങനെ ഒരു പുസ്തകം!.

കാണുക, കേൾക്കുക, കൊള്ളുക.

എനിക്കും, ഇൻസൈറ്റിനും, അവതാരിക നൽകിയ മഞ്ജു ടീച്ചർക്കും, സുഹൃത്തുക്കളായ ദിലീപ് മാഷിനും ലെനിൻ മാഷിനും വിദ്യ ടീച്ചർക്കും നന്ദി.

പ്രദീഷ് കുഞ്ചു

കാലിഡോസ്ക്കോപ്പിലെ നിഴൽ ചിത്രങ്ങൾ..

ഡോ. കെ. മഞ്ജു

ശൂന്യാകാശത്തിലെ വിസ്ഫോടനം പോലെ, പുറമെ ശാന്തമായ കടലിന്റെ ഉള്ളിരമ്പം ആരും അറിയാറില്ല. പക്ഷെ, അകക്കണ്ണ് തുറന്നിരിക്കുന്നവന് മൗനത്തിന്റെ ഉള്ളിരമ്പം തിരിച്ചറിയാനാവും. തന്ത്രങ്ങൾ മെനഞ്ഞ് വലിയവൻ ചെറുതിന്റെ ശബ്ദത്തെ നിശബ്ദമാക്കുമ്പോഴും, ചിലപ്പോഴെങ്കിലും അതിന്റെ ഉള്ളിരമ്പലുകൾ പുറമേ പ്രവഹിക്കും. 'കടൽ പരൽമീനുകളെ കൊല്ലുന്നവിധം' എന്ന പ്രദീഷ് കുഞ്ചുവിന്റെ കവിതാസമാഹാരത്തിലെ കവിതകൾ, ജീവിതാനുഭവങ്ങൾ ഉടച്ചെടുത്തു വാർക്കുമ്പോഴുള്ള കയ്പ്പും മധുരവും കലക്കവുമെല്ലാം അനുഭവിതമാക്കുന്നു. ചിമിഴിലൊതുക്കിയ നോവുകളുടെയും നിനവുകളുടെയും ബഹിർസ്ഫുരണമാണവ. ചാരമൂതിക്കളഞ്ഞാൽ വീണ്ടും മുനിഞ്ഞുകത്തി ആളിപ്പടരാൻ വെമ്പുന്ന കവിതകൾ. ഒരേ സമയം എല്ലാറ്റിനേയും ഉടച്ചു വാർക്കാനുള്ള ആവേശവും, പ്രണയാർദ്രമായി ചേർത്തണയ്ക്കാനുള്ള സൗമ്യതയും കവിതകൾക്ക് അടിയൊഴുക്കായുണ്ട്.

ജീവിതം മധുരപ്രതീക്ഷകളുടേതാവണമെന്നാണ് കവിയുടെ ആഗ്രഹം. എന്നാൽ വിധി വൈപരീത്യംകൊണ്ട് അത് പുളിപ്പും ചവർപ്പും നിറഞ്ഞതായിപ്പോകുന്നു.

കുട്ടിരിന്നിട്ടും
കുടപിടിച്ചിട്ടും
മൂപ്പെത്താത്ത
നിറം മാറാത്ത,
എത്രയെത്ര
സ്വപ്നങ്ങളാണ്,
'അയ്യേ!
എന്തൊരു പുളിപ്പാ'യി
വീണുപോകുന്നത്!
(മോഹമുന്തിരി)

കവിയുടെ ഹൃദയത്തിൽ പ്രണയം നിശബ്ദമായ ഓരൊഴുക്കാണ്. ഉള്ളിൽ സൗന്ദര്യം പരത്തിക്കൊണ്ട്, കണ്ടിട്ടും കണ്ടില്ലെന്നു നടിച്ച് കടന്നുപോകുമ്പോൾ, മനസ്സിൽ പതിക്കുന്ന സുഖമുള്ള സ്നേഹനൊമ്പരമാണ് കവിക്ക് പ്രണയം.

വിക്കി വിക്കി,
വിയർത്തു വിളറി,
പറഞ്ഞു തീരുംമുമ്പേ,
ഫൈനൽ വിസിൽ അടിക്കും,
എന്നുള്ളതുകൊണ്ട്
ഞാനെപ്പഴും സ്റ്റേജിന് പുറത്തായിരുന്നു.

'പ്രണയത്തിന്റെ ഒരു യു. പി. സ്കൂൾ കാലെഡോസ്കോപ്' എന്ന ഈ കവിത ആദ്യന്തം നിഷേധിക്കപ്പെട്ട, ഒറ്റപ്പെട്ട കൗമാരമനസ്സുകാരന്റെ വിഹ്വലതകളോ നിരാശയോ ഒക്കെയാണ്. പക്ഷെ കവി വളരെ സറ്റയറിക്കായിട്ടാണ് തന്റെ ഭഗ്നപ്രണയത്തെ വിലയിരുത്തുന്നത്.

പ്രണയവും മരണവും കടന്നുപോകാനുള്ള രണ്ട് ജീവിതയാത്രാവഴികളാണ്. അവിടെ കവി തിരഞ്ഞെടുത്തത് പ്രണയ വഴിയാണ്.

നിന്നിൽനിന്നും മടങ്ങി,
ചെന്നുകേറുവാനെനിക്കൊരു-
മറുവീടില്ല.
(പ്രണയ വീട്).

ചിലപ്പോളത്, 'അരയോളം മൊത്തി മൊത്തി ചൂടറിവയയാതെ' കുടിക്കുന്ന കാമമായി വളരുന്നു (കാപ്പി ഒരു കിടപ്പറയാണ്). ശേഷിച്ച മധുരം ചുണ്ടുതൊടാതെയിറക്കുമ്പോൾ 'താൻ കൊതിച്ചത് ഇതല്ലല്ലോ' എന്ന തിരിച്ചറിവിലാണതവസാനിക്കുന്നത്. മാർക്സിസവും മാവോയിസവും

ബുദ്ധിസവുംപോലെ, വിശ്വാസപ്രമാണങ്ങളില്ലാത്ത, സിദ്ധാന്തങ്ങളല്ലാത്ത ആത്മാവും പരമാത്മാവുമായ പ്രണയ മതമായി, 'കർക്കിടക പെരുമഴപോലെ', ഉള്ളിൽ തുള്ളിയുറയുമ്പോഴും, പുറത്തേക്ക് അല്പം പോലും തുളുമ്പാത്തതും, കുരിവിയെപ്പോലെ അടയിരിക്കുന്നതും, അതിരില്ലാത്ത ആകാശംപോലെയും, തളരാത്ത ചിറകുകൾ പോലെയുമൊക്കെയായി കവിഹൃദയത്തിൽ പ്രണയം കൂടു കൂട്ടിയിരിക്കുന്നു.

'മടിപ്പൊതിയില്ലാതീ -യനാഥബാലൻ

മാമ്പഴമൊന്ന് കൊതിച്ചുനിന്ന' (വിഷുക്കണി) കാലത്തേ കവിതയായി ഉരുവപ്പെടുത്തിയാണ്, അന്ന് വിശപ്പടക്കിയതും വിഷുകണിയായതും ആകാശത്തെ അമ്പിളിയായിരുന്നു. ലാഭനഷ്ടക്കണക്കുകളുടെ വ്യവഹാരത്തിലെർപ്പെട്ടപ്പോഴും 'അമ്പേറ്റ വീണ കിളിയുടെ നൊമ്പരമാണ്' മനസ്സിന് നീറ്റലായത്.

'കടൽ പരൽമീനുകളെ കൊല്ലുന്ന വിധ'മെന്ന ശീർഷക കവിതയും 'വലിയ പിഴകൾ ചെയ്യുന്നവർക്കുള്ള പിഴ'യും ചേർത്തുവായിക്കാവുന്ന കവിതകളാണ്.

ആദ്യം കടലതിന്റെ
ആകാര ലഹരിയാലവനെ
ഉന്മത്തനാക്കാനിളകും

മരിച്ചത് പരലായിരുന്നു!
കൊന്നത് കടലായിരുന്നു!

ഇതിനുത്തരമായി 'വലിയപിഴകൾ ചെയ്യുന്നവർക്കുള്ള ശിക്ഷ എന്താണ്' എന്ന കവിതയെ വായിക്കാം.

'പക്ഷിമൃഗാദികൾ മനുഷ്യന്റെമേൽ
അധീശത്വം വെക്കാതെ പോയതോ
ഞങ്ങളുടെ പിഴ!.'

വലിയവന്റെ അധീശത്തെ, അധികാരത്തെ ചോദ്യം ചെയ്യാനില്ലാത്തതാണ് ഇവിടത്തെ ഏറ്റവും വലിയ പിഴയെന്നു കവി പക്ഷികൾക്കു വേണ്ടിപ്പോലും ചോദ്യങ്ങൾ ചോദിക്കുന്നു.

ഗർഭപാത്രത്തിലെ പുറന്തള്ളപ്പെട്ടവന്റെ വ്യഥ, ജീവിതത്തിലും തുടരുന്നു.

പൊക്കിൾക്കൊടി-
പൊട്ടരുതായിരുന്നു.

പുറംമോടിതൻ ചിറകുകൾ,
വളരേണ്ടതില്ലായിരുന്നു
(പുറന്തള്ളപ്പെട്ടവൻ)

വർത്തമാനകാല യാഥാർത്ഥ്യങ്ങളുടെ കലുഷതകൾ അലട്ടുന്ന കവി മനസ്സ്, നിരാശയോടും നിസ്സഹായതയോടും ഉരുവിടുന്ന വരികളാണിവ. എങ്കിലും പ്രതീക്ഷ കൈവിടുന്നില്ല.

ഇനി,
ഒരു വിത്തും
വക്കുപൊട്ടിയാ-
കുടവും ചേർത്തൊരു
ചെറുകുഴിയിലെന്നെ മൂടവേ,
വിത്തുവളർന്നതു
പൊക്കിൾക്കൊടിയായിട്ടും,
വീണ്ടും,
വാക്കുകൾ തളിർത്തതിൻ
ചിറകുകളായിട്ടും.
(പുറന്തള്ളപ്പെട്ടവൻ)

'വിലക്കപ്പെട്ട എന്റെ മുറിയിൽ', കവി തനിക്ക് സ്വന്തമായ മുറിയെ (കവിതയെ) വെളിച്ചം നിറച്ചും, ആ വെളിച്ചം മങ്ങാതിരിക്കാൻ, ആരും കയറാത്ത, ആരെയും കയറ്റാത്തതുമായ ഇടത്തിൽ ഒറ്റപ്പെട്ടുമിരിക്കുന്നു. പുറത്തെ ഇരുട്ടിലേക്കിറങ്ങാൻ വിമുഖത കാട്ടുന്നു. ഗർഭത്തിൽത്തന്നെ ഇരിക്കാൻ കൊതിക്കുന്നപോലെ.

സമകാലീനതകളോട് ചേർന്നു നിൽക്കുന്ന കാവ്യഭാഷയും സമീപനവുമാണ് കവിതകൾക്കുള്ളത്. തീക്ഷ്ണമായ ജീവിതാനുഭവങ്ങളും ആർദ്രമായ പ്രണയവും ചേർന്നുമുറുകുന്ന ഹൃദയ താളമാണ് പ്രദീഷിന്റെ കവിതകളുടെ ആകർഷണീയത. ജീവിത യാഥാർത്ഥ്യങ്ങളിൽപ്പെട്ട് ഉഴലുന്ന മനസിലെ തീയണച്ചുകൊണ്ടും, ചിലപ്പോഴൊക്കെ തരളിതമായി പെയ്തിറങ്ങുന്ന മഴയായും കവിത മാറുന്നു. ബിംബങ്ങൾ സൂക്ഷ്മതയോടെ കൈകാര്യം ചെയ്യുന്ന കവി, വിപരീതങ്ങൾകൊണ്ട് ചില അസംബന്ധ ചിത്രങ്ങളും തീർക്കുന്നു. 'കള്ളന്റെ പര്യായങ്ങൾ' എന്ന കവിത അത്തരത്തിലൊന്നായി വായിക്കാം. ചിലന്തൻ, പൂച്ചൻ, ഉറുമ്പൻ, മീനൻ എന്നിങ്ങനെ ജ്ഞാനിയായ ജൈവമനുഷ്യൻ, നിലനിൽപ്പിനായി ഏത് കാലത്തിനും ഏതു ലോകത്തിനും ചേരുന്ന വിധത്തിൽ തിര്യക്കുകളുടെ രൂപഭാവങ്ങൾ കൈമുതലാക്കിയ കള്ളനാണ്.

ചുറ്റുമുള്ളതിനെ സൂക്ഷ്മമായി ദർശിക്കുന്ന കവിയുടെ ദർശനപാടവമാണ്, ഈ കവിതയിൽ തെളിയുന്നത്. 'നിഴലുകൊണ്ട് വലനെയ്ത്ത്, ഉടലുകൊണ്ട് ഇരതേടുന്ന' ചിലന്തനെപ്പോലുള്ള മനുഷ്യൻ, ചിലയിടങ്ങളിൽ നിറം കൊണ്ടും സ്വരം കൊണ്ടും ലാളിത്യം കൊണ്ടും 'പ്രാവനെ പോലെ'എളിയവനാകുന്നു.

ബിംബാത്മകമായ കാവ്യഭാഷ, കാവ്യത്തിലുടനീളം കാണാവുന്നതാണ്. ചില ഉദാഹരണങ്ങൾ ശ്രദ്ധിക്കുക.

മരണം കണ്ടുമടുത്ത കാക്കായൊരു-
മഴയും കൊണ്ടു വന്നു
(രണ്ടു മനുഷ്യരുടെ കവിതകൾ - രംഗബോധമില്ലാത്ത ജനനം).

വിശപ്പും ജീവനും സിംഹത്തിന്റെയും മാനിന്റെയും പഴങ്കഥയിലൂടെ പ്രതീകവല്ക്കരിക്കുന്നു പണ്ടു മുതലേയുള്ള കഥ - സിംഹവും മാനും എന്ന കവിതയിൽ. വിശപ്പ് തീരുമ്പോൾ മാത്രം സിംഹം മാനിന്റെ രക്ഷകൻ. മനുഷ്യൻ കവിയുടെ കാഴ്ചപ്പാടിൽ ഇങ്ങനെയൊക്കെയാണ്.

ചിലർ -
മരണവീട്ടിലെ അതിഥികളെപ്പോലെ,
അറിയാത്തവപോലും ചോദിക്കുന്നില്ല. ചിലരോ -
കല്യാണവീട്ടിലെ അയൽക്കാരിയെപ്പോലെ
ഒരാണ്ട് വിശേഷങ്ങൾ
ആവർത്തിച്ചാവർത്തിച്ച്...
(ഡിസ്ചാർജിന് മുമ്പുള്ള രാത്രി)

അമ്മ, കവിമനസ്സിൽ നനുത്ത ഭാവങ്ങളുണർത്തുന്ന, നിസ്സഹായതയുടെ, നിരാലംബസ്നേഹത്തിന്റെ, പ്രതിരൂപമായി ആവർത്തിച്ചു കടന്നുവരുന്നു.

അരവയർ ചോറും അളവില്ലാ
സ്നേഹവും തുളുമ്പുന്ന
എന്നമ്മതൻ-
കടകൺകളിൽ വിതുമ്പും-
ആരുമറിയാത്തൊരാമഴ.
(മഴ)

കിളികൾ പാടാത്ത,
കഥകൾ ചൊല്ലാത്ത-

അമ്മയുറങ്ങിയ വീട്ടിൽ
എത്ര പെട്ടെന്നാണ് കുട്ടികൾ -
കുട്ടികളല്ലാതെയാവുന്നത്
(അമ്മയുറങ്ങിയ വീട്ടിലെ കുട്ടികൾ)

പാടത്തു പണിയെടുക്കുന്ന
അമ്മക്ക് കഞ്ഞിയുമായി
വളരെ തിടുക്കത്തിൽ പോകുകയായിരുന്നു ഞാൻ.
ആ സമയം;
സൊമാറ്റോയുടെ ഡെലിവറിബോയ്,
എന്നെ ഏറെ പിന്നിലാക്കി
നിസ്സാരമായി കടന്നു പോയി
(നിസ്സാരം)

ഇവിടെ കാലവേഗത്തിനൊപ്പം എത്താനാവാതെ, പകച്ചുനിൽക്കുന്ന മനുഷ്യചിത്രമാണ് കവി ചിത്രണം ചെയ്യുന്നത്. ഒരുപക്ഷെ നിസ്സാരമെന്ന് തോന്നിക്കുന്ന കാലത്തിന്റെ ഈ കുതിച്ചുപായൽ അതിജീവിക്കാനാവാതെ കുഴങ്ങുന്ന മനുഷ്യന്റെ, ഒറ്റപ്പെടലിന്റെ നിസ്സഹായതയുമാവാം അത്.

ഇന്ത്യൻ ടൈംസ്, ടി. പി., ഓഫ് ലൈൻ, അനന്തം അജ്ഞാനം, കണ്ണടയുടെ കാരണങ്ങൾ, നല്ല നടൻ, കീറാമുട്ടി എന്നീ കവിതകൾ വർത്തമാനകാലത്തിന്റെ നേർസാക്ഷ്യങ്ങളാവുമ്പോഴും കാൽപ്പനിക പ്രണയത്തിന്റെയും ഭഗ്നപ്രണയത്തിന്റെയും സമ്മിശ്ര ഭാവങ്ങളും കവിതയിൽ മാറി മാറി തെളിയുന്നു. ഒറ്റപ്പെട്ടവന്റെ, മാറ്റി നിർത്തപ്പെട്ടവന്റെ, മനസ്സിന്റെ വ്യഥ, അനുഭവ കഥനത്തിന്റെ ഭാഷയിൽ ആവിഷ്കൃതമാകുമ്പോൾ വായനക്കാരന് അത് ഉള്ളുനീറുന്ന തീക്കനലായി പ്രദീഷിന്റെ കവിതകൾ മാറുന്നു എന്നത് നിഷേധിക്കാനാവില്ല.

കവിയെന്ന നിലയിൽ, സ്വയം നിർണയിച്ച പരിസരത്തെക്കുറിച്ചുള്ള തുറന്നെഴുത്തിന്, പുതുകവിതകളോടൊപ്പം 'കടൽ പരൽ മീനുകളെ കൊല്ലുന്ന വിധം' എന്ന ഈ കവിതാ സമാഹാരത്തിനും ഇടമുണ്ടാകുമെന്ന പ്രതീക്ഷയോടെ... കാലഭേദങ്ങളെ അതിജീവിക്കട്ടെ എന്ന പ്രാർത്ഥനയോടെ...

കവിതകൾ

കള്ളന്റെ പര്യായങ്ങൾ

ഒന്ന്– ചിലന്തൻ;
നിഴലുകൊണ്ട്
വലനെയ്ത്,
ഉടലുകൊണ്ട്
ഇരതേടുന്നവൻ.

രണ്ട്– പൂച്ചൻ;
പിടിവിട്ടാലും
പലകാലിൻ ഉറപ്പുള്ളവൻ,
മെയ് ഇടറാതെ-
അന്നം കൊതിപ്പവൻ.

മൂന്ന്– ഉറുമ്പൻ;
ചെറു ശ്രമത്തിലും
വിജയം വരിപ്പവൻ,
വലിയ മുതലിലും
വല പൊട്ടാത്തവൻ.

നാല്– മീനൻ;
നിലയില്ലാതാഴത്തിൽ
ചിറകിനാലുഴലുന്നവൻ,
മിഴിചിമ്മാതുലകത്തിൻ-
ഉയരം കവരുമവൻ.

അഞ്ച്– പ്രാവൻ;
നിറംപോൽ ലളിതനവൻ,
സ്വരംപോൽ മൃദുലവൻ,
കൂടണയാതലയുന്നവൻ,
കൂടപ്പിറപ്പിൻ ചിറകുമവൻ.

ആറ്– പാമ്പൻ;
വഴിമുഴവൻ
നിഴലുള്ളവൻ,
തെളിനീളം
ജാഗ്രതയുള്ളവൻ.

ഏഴ് -പോത്തൻ;
ഇരുളിൽ പതുങ്ങും
ദൃഢഗാത്രനവൻ,
മനുഷ്യ വികൃതചിത്രങ്ങളിൽ
ഇടറാത്ത ദൃഢചിത്തനുമവൻ.

ഏഴ് കാലത്തിനും വാതിലവൻ
ഏഴ് ലോകത്തിനും താഴുമവൻ

കള്ളനവൻ
ജ്ഞാന മനുഷ്യൻ
കള്ളനവൻ
ജൈവ മനുഷ്യൻ

●

മോഹമുന്തിരി

എല്ലാവരിലും
പടരുന്നുണ്ടൊരു
മധുരപ്രതീക്ഷയുടെ-
മുന്തിരിവള്ളി.

വേരും ഇലയും,
വള്ളിയും വണ്ടുമെല്ലാം
ആ പ്രതീക്ഷക്കൊരു-
കാവലാണ്

പതിനാറിന്റെ ചൊടിയും
പതിനേഴിന്റെ മാർദ്ദവവും
പതിനെട്ടിന്റെ പൂർണതയും
കൊതിപ്പിച്ചവ പൂവിടും.

പൂവുകൾ;
പൊതിഞ്ഞവ
കൊതിപ്പിക്കും.
വിടർന്നവ
രസിപ്പിക്കും.

പിന്നെ കൊഴിഞ്ഞ്
കൊഴിഞ്ഞവ,
കാത്തിരിപ്പിന്റെ-
ഭാരമാവും.

ക്കുട്ടിരിന്നിട്ടും,
കുടപിടിച്ചിട്ടും,
മൂപ്പെത്താത്ത,
നിറം മാറാത്ത,
എത്രയെത്ര
സ്വപ്നങ്ങളാണ്,

'അയ്യേ!
എന്തൊരു പുളിപ്പാ'യി
വീണുപോകുന്നത്

എല്ലാവരിലേക്കും
പടരുന്നുണ്ടൊരു,
മധുരപ്രതീക്ഷയുടെ-
മുന്തിരിവള്ളി.
●

ഓട്ട

ഉറുമ്പ് കടിച്ചിട്ട്,
ഉറങ്ങാൻമേല.
ഉടുതുണി,
ഉറക്കപ്പായ,
ഉലകമുച്ചൂട്ടും,
ഉറക്കെക്കെടഞ്ഞു.

ഇടക്ക്,
അരിക്കുന്നപോലെ,
കടിക്കുന്ന പോലെ,
ചൊറിയുന്ന പോലെ.
കിരുകിരിപ്പ്,
ചൊകചൊകപ്പ്,
തടിച്ചുപൊന്തൽ,
കലശലാം നീറ്റൽ.

അടീല്,
തുടക്ക്,
പൊക്കിളിൽ,
പുറത്ത്,
കഴുത്തിൽ,
കൺപോളയിൽ.

കൊട്ടത്തടി,
കട്ടത്തിരുമ്മൽ,
മാന്തലോ മാന്തൽ.

കുളിച്ചു.
നന്നായി തുടച്ചു.
കാറ്റുകൊണ്ടു,
വെയിലിലിരുന്നു.
പിന്നേം,
കുളിച്ചു.
നന്നായി തുടച്ചു.
പിന്നെ കൂടെക്കൂടെ,
പൗഡറിട്ടു.

ഇരിക്കക്കൊള്ളിയില്ല,
നിക്കക്കൊള്ളിയില്ല,
കിടന്നിട്ടൊട്ടുന്നുമില്ല.

പരപരാ-
മേലോട്ട്,
കീഴ്പോട്ട്.
പൊട്ടുപോലെ,
കുത്തുപോലെ,
വരപോലെ,
വരച്ചപോലെ.

ഉള്ളിൽക്കിടന്ന്,
പുളയുന്ന പരാക്രമം,
തൊള്ളതുറന്ന്,
ആരോട് പറയാൻ.

നോക്കി;
കമഴ്ന്ന് കിടന്ന്,
ചരിഞ്ഞുകിടന്ന്,
മലന്ന് കിടന്ന്.

വളഞ്ഞും,
പുളഞ്ഞും കിടന്ന്.

നടന്ന് നോക്കി;
കിതച്ചു.
ഓടിനോക്കി;
തളർന്നു.
പിന്നേം കിടന്നു നോക്കി.

പിന്നെ,
കണ്ണടച്ചു നോക്കി.
കാതടച്ചു വെച്ചു.

അതാ,
കിരുകിരാ ചെത്തം.
ചുണ്ട് തുടക്കുന്നവ,
ഉറുഞ്ചിയെടുക്കുന്നവ,
ഏമ്പക്കം വിടുന്നവ.

പിന്നേം,
ചെത്തം മിണ്ടീല.
പിന്നേം,
കിറുകിരാ ചെത്തം.
പമ്മിപ്പമ്മി,
തിക്കിത്തിരക്കി,
ഒടുന്നവ,
പറക്കുന്നവ,
തിരയുന്നവ.

പിന്നേം
മിണ്ടീല,
ഇളകീല.
അപ്പ പതിയെ
അവരിലൊരുവനെ കണ്ടു.

നെഞ്ചിടത്ത്.
ഇടത് മുലഞെട്ട്,
ചീഞ്ഞിടത്ത്,
ഒരു ചെറിയൊരോട്ട.
ഓട്ടയിൽ നിന്ന്,
പുറത്തേക്ക്.

കരുത്ത് പിടിച്ച്,
നെഞ്ച് വിരിച്ച്,
ചുണ്ട് തുടച്ച്,
കണ്ണുരുട്ടി,
ഏമ്പക്കം വിട്ട്,
തലയെത്തി നോക്കുന്ന,

പ്രാണന്റെ
കട്ടുറുമ്പ്.
●

പ്രണയത്തിന്റെ ഒരു
യു. പി. സ്കൂൾ കാലെഡോസ്കോപ്പ്

പഠിപ്പിസ്റ്റ്

ഫസ്റ്റ് ബെഞ്ചിലിരുന്നിട്ടെന്താ കാര്യം?
ഞാൻ,
എത്ര തവണ പറഞ്ഞിട്ടും,
എഴുതി തന്നിട്ടും,
നിനക്കെന്റെ പ്രണയത്തിന്റെ
ഒറ്റക്ഷരം പോലും
മനസ്സിലായില്ലല്ലോ,
പഠിപ്പിസ്റ്റേ?

ഗ്രാമ്മർ മിസ്റ്റേക്ക്

ഇനിയിപ്പൊ-
ഇംഗ്ലീഷ് മീഡിയത്തിൽ
പഠിക്കാത്തത് കൊണ്ടാണോ
ഞാൻ പറഞ്ഞ ഐ ലവ് യു,
നിനക്ക് മനസ്സിലാവാതെ പോയത്?
അല്ലേലും എന്നും
എന്റെ ഗ്രാമർ, മിസ്റ്റേക്കാ.

ഇമ്പോസിഷൻ

ആദ്യം
നൂറു തവണ എഴുതിയ
ഇമ്പോസിഷൻ
അവളുടെ പേരായിരുന്നു.
ഏത് തെറ്റിനായിരുന്നു അത്
എന്ന് മാത്രം,
ഇനിയും പിടി കിട്ടീട്ടില്ല.

കട്ട ഹീറോയിസം

ക്ലാസിൽ കിടന്ന് കിട്ടിയ ലൗ ലെറ്റർ
പൊക്കിപ്പിടിച്ച്,
ടീച്ചർ എല്ലാ ആൺപിള്ളേരേം തല്ലിയപ്പോൾ,
ഞാൻ എന്റെ പേര് പറയാതിരുന്നത്,
നിന്നെ രക്ഷിക്കാൻ വേണ്ടിയായിരുന്നു.

പച്ചനോക്കി

ടീച്ചർ തല്ലുമ്പോ
വേദനിക്കാതിരിക്കാൻ,
അവളുടെ
പച്ചപ്പാവാട നോക്കിയിരുന്നാ മതി.

ഞാനാരാ മോൻ !

വിശക്കാതിരിക്കാൻ
ഉച്ചക്കഞ്ഞി,
വയറുനിറയെ കുടിക്കണം എന്ന്
അമ്മ പറഞ്ഞാ പഠിച്ചേ.
വേദനിക്കുമ്പോ നിന്നെ നോക്കിയിരിക്കണം
എന്ന്, ആരും പറയാതെയാ ഞാൻ പഠിച്ചേ.
ഞാനാരാ മോൻ!

ഓട്ട ക്യാമറ

മറച്ചുപിടിച്ചാലും അവളെ കാണാം
എന്ന പഴയ ഐഡിയ.
അത് പക്ഷേ,
പുതിയ കുടയിലെ ഓട്ട,
എത്ര തിരിച്ചും മറിച്ചും നോക്കിയിട്ടും
അമ്മക്ക് മാത്രം പിടികിട്ടീല്ല.

കോപ്പി

നിന്നെക്കുറിച്ച്
എത്ര അമർത്തിപ്പിടിച്ചെഴുതിയിട്ടും
നാല് വര പോട്ടേ,
ആ രണ്ട് വരപോലും
ഇനിയും
ശരിക്ക് മുട്ടുന്നില്ലല്ലോ?!

കണക്കിലെ വട്ടകുമ്പളം

കണക്ക് ക്ലാസ്
എനിക്ക് ഇഷ്ടപെടാതെ പോയത്,
കണക്ക് ചെയ്യുമ്പോൾ
നിന്റെ മുഖം ചുളിയുന്നത് കൊണ്ടുമാത്രമാണ്.

കറുപ്പ്

നിന്റെ കയ്യിലെ റബ്ബറിനെ പോലെയല്ല.
എന്റെ റബ്ബറുകൊണ്ട് മായിച്ചാ,
പേജൊക്കെ കറുത്ത് പോകുന്നു.
അന്ന് മുതലാണ് ഞാൻ, കറുപ്പ് വെറുത്തത്.

പേരെഴുത്ത്

ടീച്ചർ വരാത്ത പിരീഡിൽ
സംസാരിക്കുന്നവരുടെ പേരെഴുതാൻ
നീ നോട്ട് ബുക്കുമായി
മുന്നിൽ വന്ന് നിൽക്കുമ്പോൾ...
ഹോ!
ഞാനെന്ത് മിണ്ടാനാണ്.

മിസ്സ് യൂ

എത്ര ശ്രമിച്ചിട്ടും നടക്കാതെ പോയത്
നിന്റെയൊപ്പം ട്യൂഷൻ ക്ലാസ്സിലേക്കുള്ള– വരവാണ്.
“നിനക്ക് തനിയെ പഠിക്കാനുള്ള ബുദ്ധിയുണ്ടല്ലോടാ” എന്ന
അമ്മയുടെ
അപാര മോട്ടിവേഷൻ.
അതാണ്, അതിലും സഹിക്കാൻ
കഴിയാതെ പോയത്.

ഉറക്കാത്ത നിലാവ്

രാത്രിയിലും സ്കൂൾ വേണമായിരുന്നു.
നല്ല നിലാവത്ത്,
അവള് കാണാതെ,
എത്ര നേരം നോക്കിയിരിക്കാം-
അവളെയെന്നോ!

തൊട്ടു-തൊട്ടില്ല

ഉയരം കുറഞ്ഞവരൊക്കെ
താഴെ ഇരിക്കാൻ
ടീച്ചർ പറഞ്ഞതു കൊണ്ടു മാത്രമാണ്.
ഇല്ലേൽ ഗ്രൂപ്പ് ഫോട്ടോയിൽ
നിന്റെ തൊട്ട് പുറകിൽ-
നിന്നെ തൊട്ടു-തൊട്ടില്ലാ ന്ന മട്ടിൽ,
നിന്നേനെ ഞാൻ.

മോട്ടിവേഷൻ

പഠിപ്പ് നിർത്തണം
എന്നൊക്കെ വിചാരിച്ചതാണ്.
പിന്നെ നീ എന്നും
നല്ലോണം പഠിക്കുന്നുണ്ടല്ലോ.
അതായിരുന്നു,
അമ്മയെക്കൊണ്ടു-
‘എനിക്ക് പഠിക്കണം
എനിക്ക് പഠിക്കണം’

എന്ന് പറയാനുള്ള–
എന്റെ പ്രചോദനം.

പാസ്ഡ് എവേ

തോറ്റാൽ,
പിന്നെയും പത്താം ക്ലാസ്സിലിരിക്കാൻ പറ്റില്ലെന്ന്,
പരീക്ഷക്ക് മുമ്പാണ് അറിഞ്ഞത്.
അതുകൊണ്ട് പഠിച്ച്–
നിന്റെയൊപ്പം ജയിച്ചു എന്ന് മാത്രം.

ചന്തിയിലെ തഴമ്പ്

ഓ...
ഇനി എനിക്ക്
എഴുത്തിനിരിക്കാനൊന്നും വയ്യ.
നീ എന്നെ ഒന്നാം ക്ലാസിൽ
രണ്ട് തവണ തോല്പിച്ചോ.
ചന്തിയിൽ വേരു മുളച്ചു
ഞാനിവിടെ ഇരുന്നു കൊള്ളാം–
എന്റെ പ്രണയമേ...

കൂട്ടമണി

നീ ക്ലാസിൽ നിന്ന്–
ഇറങ്ങിയ ശേഷം മാത്രമാണ്,
എന്റെ-വീട്ടിലേക്കുള്ള കൂട്ടമണി.

അഴക്ക്

നിന്നെ ഒന്ന് തൊടണമെന്നു-
എനിക്കൊരാഗ്രഹമുണ്ടായിരുന്നു.
പിന്നെ,
നിന്റെ അലക്കിതേച്ച യൂണിഫോമിൽ
അഴക്കാവരുതല്ലോ ന്ന് കരുതിയാ
ഞാനത് വേണ്ടാന്ന് വെച്ചത്.

കുളിര്

നീയില്ലാത്ത നേരം,
നീ ഇരുന്ന ബെഞ്ചിൽ,
നിന്നോട് മുട്ടിയിരുമ്മി,
ഇരിക്കണം

കോമ്പറ്റീഷൻ

എന്റെ കയ്യിൽ ഒരസ്സൽ
പ്രണയത്തെക്കുറിച്ചുള്ള-
പ്രസംഗമുണ്ടായിരുന്നു.
പിന്നെ അന്നത്,
കോമ്പറ്റീഷൻ
ഐറ്റം ആയതിനാൽ,
വിക്കി വിക്കി,
വിയർത്തു വിളറി,
പറഞ്ഞു തീരുംമുമ്പേ,
ഫൈനൽ വിസിൽ അടിക്കും,
എന്നുള്ളതുകൊണ്ട്,
ഞാനെപ്പഴും സ്റ്റേജിന് പുറത്തായിരുന്നു.
എന്നാലും
ഇന്നു രാവിലെ പോലും
കണ്ണാടിക്ക് മുന്നിൽ നിന്ന്
നന്നായി പ്രാക്ടീസ് ചെയ്തിട്ടുണ്ട്,
ഞാൻ.

●

കാപ്പി ഒരു കിടപ്പറയാണ്

എത്ര മോഹിച്ചാണ് തൊടുക,
എത്ര ദാഹിച്ചാലും.
പതിയെ, വളരെ പതിയെ,
ചുണ്ടുകളിൽ മന്ത്രം മുനിഞ്ഞ്,
പരസ്പരം പരിക്കേല്പിക്കാതെ,
അനുമതി വേണ്ടാഞ്ഞിട്ടും
ഒരുങ്ങിക്കെട്ടിയ മനസ്സ്-
മേൽക്കോയ്മയഴിച്ചുവെച്ച്,
തമ്മിൽ തമ്മിൽ
ചുട്ടുപൊള്ളുന്ന തുടക്കം.

പിന്നെ,
അരയോളം മൊത്തി മൊത്തി,
ചൂടറിവയയാതെ,
കൊടുത്തും വാങ്ങിയും പിരിയാതെ,
ലഹരിയുടെ മരവിപ്പിൽ
പൂരിപ്പിച്ചെടുത്ത ശീൽക്കാരങ്ങൾ.

ഒടുക്കം,
അലിഞ്ഞു ചേരാത്ത ഒന്നിൽ,
ശോഷിച്ച കണക്കെ,
ശേഷിച്ച മധുരം,
ചുണ്ടുതൊടാതെ ഇറക്കുമ്പോൾ,

'ഇതല്ലല്ലോ ഞാൻ കൊതിച്ചത്''?
കാപ്പി ഒരു കിടപ്പറയാണ്.

●

വിശപ്പും ദാഹവും

മാർക്സിസം,
മാവോയിസം,
ബുദ്ധിസം
അങ്ങനെ പല–
മത, വിശ്വാസങ്ങ-
ളേറെയുണ്ടായിട്ടും,
പ്രണയമെന്ന
മതം സ്വീകരിച്ചത്;
ഞാനൊരു-
മനുഷ്യനെപ്പോലെ
ദാഹമുള്ളവനും,
ദരിദ്രനെപ്പോലെ
വിശപ്പുള്ളവനുമായിരുന്നതു-
കൊണ്ടാണ്.

കൊടുക്കാനും
എടുക്കാനും കഴിയുന്ന,
എന്നാൽ പ്രസംഗമോ
വിശ്വാസപ്രമാണമോ അല്ലാത്ത,
സിദ്ധാന്തമല്ലാത്ത,
സമ്പ്രദായമേ അല്ലാത്ത,
എന്നാലെൻ-
ആത്മാവും പരമാത്മാവുമായ
മതമാകുന്നു
എനിക്കു പ്രണയം

നീ പറയുന്നതു പോലെ
ആശിക്കരുത്
ആവശ്യപ്പെടരുത്
തൊടരുത്
ചുംബിക്കരുത്
എന്നൊക്കെയുണ്ടെങ്കിൽ;
ഞാനെന്നേ
ത്യാഗിയായ
ബുദ്ധനായിരുന്നേനെ,
യോഗിയായൊരു
വിവേകാനന്ദനായേനെ.
●

അജ്ഞാനം അനന്തം

മൂലോകദൈവങ്ങളും മുനിഞ്ഞു കത്തുന്ന
നാലുകവലകളിൽ മണിമേടകൾ
മിന്നുന്നു.
പള്ളിമണികളിലേമ്പക്കം
മുഴങ്ങുന്നു,
പള്ളിക്കുടങ്ങളിൽ മണിയോട്ടു
പൊട്ടുന്നു.

പലനിറകൊടികൾ അരിപ്പ-
തീർക്കുന്നു
വിപ്ലവം തെരുവിലറച്ചു-
നില്ക്കുന്നു
മനുഷ്യനോ, മറക്കുമനന്ത
നീതികേടും
മരിക്കും ഈ നിതാന്ത
മനുഷ്യത്വവും.

പട്ടണനെറികൾ
പട്ടം പറത്തുമ്പോൾ,
പട്ടിണിപ്പാവങ്ങൾ-
എന്തറിവൂ.
തുറിച്ചു നോക്കേണ്ടൊരീ
കൺകണ്ട ദൈവങ്ങൾ
കൺകെട്ടി നില്ക്കുന്ന-
നനന്തമജ്ഞാതമായ് ...
●

കണ്ണടയുടെ കാരണങ്ങൾ

കണ്ണട വാങ്ങി ഇന്നു ഞാൻ;
കാഴ്ചക്കുടി ഇല്ലാത്തവനെന്ന്
കളിയാക്കാൻ
കൂട്ടുകാർക്കൊരു
കാരണം കൂടിയായി.

കറുത്തതും ഇരുണ്ടതും
കാഴ്ചയിലൊളിപ്പിച്ചതും,
കളറായി മാറിയിട്ടും
കറുക്കുന്നു ചിരികൾ.

കാണണമെന്നുറച്ചവയിലേക്ക്,
കാലെടുത്തു വെക്കാനറച്ചതിലേക്ക്,
കാരണം കൂടാതെ
കുടിയേറി പാർക്കാനുറച്ചാണ്,
കണ്ണട വാങ്ങാമെന്നുവെച്ചത്.

കണ്ണട മാറ്റിയാലുമിനി,
കണ്ണുള്ളവനെന്നാരും വിളിക്കില്ല.
കണ്ണുണ്ടെങ്കിലും,
കാഴ്ച മങ്ങിയവന്
കണ്ണില്ലെന്ന് ആൾക്കൂട്ടം.

കണ്ണടക്കു ചുറ്റിലും മാലാഖമാർ,
കറുപ്പും കറുത്തും പതറി പറക്കുന്നു.

കാത്തിരിക്കുവതെത്ര കാതം?
കരളു വറ്റിയ ആൾക്കൂട്ടവും,
കലഹമൊഴിയാത്ത കൺവെട്ടവും.

കണ്ണട വെക്കുവാൻ
കാരണങ്ങളെത്ര?
കണ്ണട മാറ്റുവാൻ
കാരണങ്ങളെത്ര?

●

അപ്പ ദൈവം

കോൺക്രീറ്റ് ചീളുകൾ പതിച്ച-
അമ്പലമുറ്റത്തെത്തിയപ്പോൾ,
വാകചാർത്തുകാണാൻ നിൽക്കുന്ന
പരമകോടി ഭക്തരുടെ,
നീണ്ട ക്യൂവിൽ നിന്നു-
മടുത്തപ്പോൾ തോന്നി,
വീട്ടിലെ ക്ലാവുപിടിച്ച
ദൈവങ്ങളാണ് നല്ലതെന്ന്!.

●

ഒരുക്കം

സ്വപ്നങ്ങളിൽ
ഇപ്പൊഴെന്നെ കാക്കാൻ,
എനിക്കെന്റെ–
കാവൽ മാലാഖമാരില്ല.

ഉറക്കമില്ലാത്തൊരുറക്കത്തിന്,
ഒരിലക്കൊമ്പിൽ
ഒന്നിച്ചാത്മഹത്യ ചെയ്ത,
രണ്ടിണപക്ഷികളുടെ
തൂവൽ ചേർത്തുതുന്നിയ,
പുതപ്പൊന്നു വാങ്ങണം

പ്രണയമേ....
സ്വപ്നങ്ങളിൽ ഇടക്കിടെ,
നീയെന്നെ കൈവിടുമ്പോൾ,
അപകടം പതിയാതെ
പിടിച്ചൊന്നു നില്ക്കുവാൻ.

●

ഒരേ മനുഷ്യൻ

ഒരർദ്ധരാത്രി നഗരനടുക്ക്
നടക്കാനിറങ്ങിയ സമയത്താണ്,
നിഴൽപോലെ-
ഒരു മുഷിഞ്ഞ മനുഷ്യൻ വന്ന്-
"കഴിക്കാനെന്തേലും വാങ്ങിത്തരുമോ" എന്ന് ചോദിച്ചത്

ഒരു ഷവർമ്മ, ഒരു ഓറഞ്ച് ജ്യൂസ്;
ബിൽ കൊടുത്തശേഷം
നടത്തം തുടർന്നു.

പേര് ചോദിക്കാൻ വിട്ടു!

അല്ലേലും മുഷിഞ്ഞ മനുഷ്യർക്ക്
എന്തിനാണ് പേര്?

നടത്തം തീർത്ത്
വീടെത്തിയപ്പോൾ,
എന്തെന്നില്ലാത്ത
ഒരു മുഷിഞ്ഞ മണം!

●

രണ്ടു മനുഷ്യപുത്രരുടെ കവിതകൾ

രണ്ടുപേർ

തെറ്റിദ്ധരിക്കപ്പെട്ട രണ്ടുപേർ
ഇപ്പോൾ ഈ വഴി കടന്നുവരും;
ഒരാൾ കറുത്തിട്ടാണ്,
മറ്റൊരാൾ അതിലും കറുത്തിട്ടും.

ഒരാളെ നിങ്ങൾക്കു പേരു ചൊല്ലി വിളിക്കാം,
മറ്റെയാൾ നിങ്ങളെ പേരെടുത്തു വിളിക്കും.

അലിഖിതമായ ആജ്ഞകളുമായൊരു-
ജനനവും,
തൊട്ടടുത്തൊരു മരണവും.
അവർ കള്ളനും കോമാളിയും.

രംഗബോധമില്ലാത്ത ജനനം

ഞെക്കിയാൽ കരയുന്ന
കളിപ്പാവയിപ്പോൾ,
തല്ലിയിട്ടും കരയുന്നില്ല.

കണ്ണീരു വറ്റിയ കവിൾത്തടം തുടച്ച്,
അമ്മയൊരു കറുത്താത്മാവിനായി
കൈതട്ടി.
മരണം കണ്ടുമടുത്ത കാക്കയൊരു-

മഴയും കൊണ്ടുവന്നു.
എന്നോ കൊക്കിലാക്കിയ-
വറ്റൊന്നതെൻ കണ്ണിലേക്കു
കൊത്തിയിട്ടിരുട്ടാക്കി.

തൊട്ടെടുത്ത മരണം

പ്രിയപ്പെട്ട യൂദാസ്,
ആ ഇരുട്ടിൽ, നിന്റെ മുപ്പതുവെള്ളിക്കാശ്
ഞാൻ കട്ടെടുക്കുന്നു.
വിശപ്പിന്റെ താക്കോൽ പഴുതടയ്ക്കാൻ,
കുഞ്ഞുപെങ്ങൾക്കൊരു ഉടുപ്പുവാങ്ങാൻ.
മരക്കൊമ്പിൽ മരണം കണ്ട നിന്നെ ഞാൻ-
അവസാനത്തെ അപ്പവും നൽകി കുരിശിലേറ്റാം
നിന്റെ ജന്മം;
നീയതെനിക്ക് തരുമെങ്കിൽ.

●

മഴ

കടലാസ്സുതൊട്ടനാൾ എൻ-
കരവിരൽ തുമ്പിൽ
അറിയാതെ ഉതിർന്നു- ആദ്യമഴ.

ആശിച്ച അക്ഷരക്കൂട്ടങ്ങളെനിക്കു
നൽകിയ അമ്മയ്ക്ക് മുൻപിൻ,
ചൊരിഞ്ഞു ഞാനാമഴ.

അരവയർ ചോറും അളവില്ലാ
സ്നേഹവും തുളുമ്പുന്ന എന്നമ്മതൻ-
കടകൺകളിൽ വിതുമ്പും-
ആരുമറിയാത്തൊരാമഴ.

കിട്ടാനില്ലാത്തൊരനുഭൂതിയെത്തിരയും
എൻ അച്ഛനിൽ -
കണ്ടില്ല, ഞാനാമഴ.

വയലുകൾ താണ്ടി
എന്നരികിൽ ചേർന്നീടാൻ
പാടം കടന്നുവരുമെൻ അമ്മതൻ
അരിവാൾ തുമ്പിൽ -
ഞാൻ കണ്ടൊരുമഴ;
വിയർപ്പിന്റെ ഉപ്പുതൊടുന്നൊരു സന്ധ്യാമഴ.

മഞ്ഞുകാല മാനസവീഥിയിൽ
എൻ മനസ്സിൽ പൊഴിഞ്ഞൊരാനുരാഗമഴ.

എൻ കാമിനീ സമക്ഷം,
ഞാൻ ചെയ്ത ത്യാഗത്തിന്റെ
പരിവേഷമായൊരുമഴ

ഓർക്കുവാൻ ഒന്നുമില്ലാത്തൊരീ
ജീവിതസന്ധ്യയിൽ, ഞാൻ കേൾക്കുന്നു;
കാലപ്പടർച്ചയുടെ വള്ളിയറ്റ
ഈ ജീവിത നൗകയിൽ കൊട്ടുന്ന
തകൃതിപൂണ്ട രാത്രിമഴ.

അറിയുന്നു ഞാനിന്നുമാ-
സ്നേഹത്തിന്റെ കുളിർമഴ
തേടുന്നു ഞാനെൻ-
ഹൃദയത്തിലിപ്പോഴും ഒരു മഴ.
●

ഓഫ് ലെയ്ൻ

ഒരു കവിത—
എഴുതാനിരുന്നതാണ്.

തൊട്ടുമുന്നിലെ
കുറ്റിച്ചെടിമേൽ
രണ്ടിലും,
അടക്കാക്കുരുവികൾ.

കൊക്കുരുമ്മി,
ചേർന്നുകൊഞ്ചി.
ഹോ!
എന്ത് ഭംഗിയെന്നോ.

എന്നാലതുതന്നെ
കവിതയാക്കാം
എന്നു തോന്നി.

അതിന് മുമ്പ്,
കുരുവികളെ
മൊബൈലിൽ പകർത്തി
വാട്സ്ആപ്പ് സ്റ്റാറ്റസ്—
ഇടാമെന്നു വെച്ചു-
ഒരു കുറി—
കവിതയോടൊപ്പം.

ക്യാമറ ഓപ്പൺ ചെയ്തപ്പോൾ
കിളികളെ കാണ്മാനില്ല!

ശോ... കഷ്ടം!

അത് പോട്ടെ.

ഞാൻ ആദ്യം,
എന്തോ പറഞ്ഞല്ലോ?

മൊബൈൽ?

അല്ല.

ക്യാമറ?

സ്റ്റാറ്റസ്?

ഏയ് അല്ലല്ല,
അതിന് മുമ്പ്?

ഞാൻ എന്തിനാ വന്നത്?
ശോ!
ഞാനത് മറന്നു.

തൽക്കാലം
വാട്സ്ആപ്പ് സ്റ്റാറ്റസ് നോക്കാം.
●

അക്വേറിയത്തിലെ മേൻ

നിന്റെ
കണ്ണിനും,
എന്റെ
കനവിനും,
ഒരേ നേരമായിരിക്കാം

നിന്റെ
ചിറകും,
എന്റെ
പിടച്ചിലും,
ഒരേ വേഗത്തിലായിരിക്കാം.

നിന്റെ
ശ്വാസത്തിനും,
എന്റെ
നെടുവീർപ്പിനും,
ഒരേ താളമായിരിക്കാം

നിന്റെ
വീടും,
എന്റെ
ആകാശവും,
അനാഥമായിരിക്കാം.

എങ്കിലും
നിനക്കും
എനിക്കും
തമ്മിലെന്ത്?

●

അമ്മയുറങ്ങിയ വീട്ടിലെ കുട്ടികൾ

വെളിച്ചം തേടിയ വള്ളികൾ;
വീടാകെ പടർന്ന് പന്തലിച്ച്,
പിന്നെ കാടുപിടിച്ചവ–
'പൂക്കളുണ്ടോ പൂക്കളുണ്ടോ'
എന്നൊക്കെ നിലവിളിച്ച്,
അയല്പക്കങ്ങളൊക്കെ
തിരഞ്ഞോടുന്നുണ്ട്.

നിരയായിരിപ്പുണ്ട്
കളിപ്പാട്ടങ്ങൾ;
വായില്ലാത്തവ,
വാലില്ലാത്തവ,
പൊട്ടാത്തവ,
ഉടയാത്തവ.

പൊട്ടിച്ചാൽ വഴക്ക് കേൾക്കാൻ
അവക്ക് ചെവികളില്ലാത്തതിനാൽ,
പൊട്ടാറില്ലവ.
ഉടയാറില്ലവ.
ഇടക്ക് കരഞ്ഞിരുന്നു,
ചുണ്ടുകൾ ചൂണ്ടുവിരലാൽ
അമർത്തപ്പെട്ടിപ്പോൾ
മിണ്ടാറുപോലുമില്ലവ.

നാലുപാടും മറച്ചൊരു
ആകാശ കളിമുറ്റക്കോണിൽ,
ആ 'ഒളിച്ചേ-കണ്ടേ' പോലും
ഇപ്പോൾ എല്ലാർക്കും കാണാം.

തൊടീലെ മരങ്ങളെല്ലാം
കയറ്റം മറന്ന് വിളറി നിന്നു.
കുളങ്ങളന്നേ വറ്റിപ്പോയി.
അയൽക്കാർ പറഞ്ഞു;
കുട്ടികൾക്കിപ്പോ
'എന്താ കുഴപ്പം' എന്ന്.

വീടുമൂടി മഴപെയ്യുന്നുണ്ട്;
മരങ്ങളെ, ചെടികളെ
പാടങ്ങളെ ആടിയുലക്കാറുണ്ടവ.
അതിന്റെ നിലക്കാത്ത കരച്ചിലും,
അതിന്റെ നിഴലിന്റ അലച്ചിലും,
ജനലടച്ചാലും വാതിലടച്ചാലും,
അവർക്ക് കാണാൻ പറ്റുന്നുണ്ട്.
അപ്പൻ പറയുന്നു;
കുട്ടികൾക്ക് നല്ല 'ഒതുക്കം' വന്നെന്ന്

അലാറത്തോടൊപ്പം
പകലും സന്ധ്യയും
രാത്രിയും കൃത്യമായിട്ടുണ്ട്.
താഴെയൊരു വറ്റും ചോരാതെ,
മൂന്ന് നേരവും
ആഹാരമുണ്ണുന്നുണ്ട്.

താരാട്ട് വേണ്ടാത്ത
അമ്പിളിപോലും
അനുസരണകാട്ടുന്നുണ്ട്.
കുട്ടികൾ 'കുറച്ചൊക്കെ'
നന്നായിട്ടുണ്ടെന്ന്;

അമ്മമ്മ
അടക്കം പറയുന്നുണ്ട്.

പതുക്കെ ചിരിച്ച്,
ഉള്ളിൽ കരഞ്ഞ്,
എത്ര പെട്ടെന്നാണ്
നമ്മൾ വളർന്നതെന്ന്,
വളരാൻ പഠിച്ചതെന്ന്,
അവർക്ക് തന്നെ തോന്നി.

കിളികൾ പാടാത്ത,
കഥകൾ ചൊല്ലാത്ത-
അമ്മയുറങ്ങിയ വീട്ടിൽ,
എത്ര പെട്ടെന്നാണ് കുട്ടികൾ -
കുട്ടികളല്ലാതെയാവുന്നത്!
●

ഡിസ്ചാർജിന് മുമ്പുള്ള രാത്രി

നാളെയാണ് ഡോക്ടർ
ഡിസ്ചാർജ് പറഞ്ഞിട്ടുള്ളത്.

'നോ താങ്ക്സ്' എന്ന് പറയാൻ അവസരമില്ല,-
എന്ന ഒരെഞ്ചുവടി കൂടി
മനഃപാഠം ചെയ്യുവേണം,
എന്റെയീ ആശുപത്രിക്കിടക്ക മറ്റൊരാൾക്ക് നൽകി,
നാളെ,
വീട്ടിലോട്ട് മടങ്ങാൻ.

ജീവിതത്തോട് മമത തീരാതെ,
ഓർമകളോട് പുലമ്പുന്ന ഭ്രാന്തനാണ്,
എനിക്കീ കിടക്ക-
ആദ്യം വിട്ട് നൽകിയത്.

പുറത്തെ പച്ചപ്പിനും,
ഫാനിന്റെ കംഫർട്ടിനും അപ്പുറത്തെ,
കിടക്കപൊറുതിയിൽ
ആദ്യരാത്രി.

ലോകത്തെ ഏറ്റവും ആത്മാർഥമായ പ്രാർത്ഥനാലയത്തിൽ
അപ്പോഴും ഫുൾകപ്പാസിറ്റിക്കും അപ്പുറത്തുനിന്നുള്ള
തള്ളിക്കയറ്റമാണ്.

നാലുവീടപ്പുറംവരെവന്ന് പേടിപ്പെടുത്തിയ മഹാമാരി
ദാ- നാല് കിടക്ക അപ്പുറത്തെ ഒരാളെ പൊതിഞ്ഞെടുത്ത്,
പ്രത്യേക വാർഡിലേക് മാറ്റുന്നു.

നോക്കണേ..
ഈ ആണുങ്ങളെത്ര
ക്ഷമയുള്ളവരാന്ന്!
മിണ്ടിയും പറഞ്ഞും മതിവരാതെ,
മണി പന്ത്രണ്ടുകഴിഞ്ഞും,
അവരിപ്പഴും
ഓഫ്‌ലൈൻ ചാറ്റിലാണ്.

വാർഡിലെ
ഒറ്റക്ക നിയമത്തിൽ,
ഒരാൾ വേറൊരാളുടെ
ലോകം മുഴുവൻ പങ്കിടുന്നു.
മൂത്രമൊഴിക്കാൻ,
കഫം തുപ്പാൻ,
മലമെടുക്കാൻ,
നിയമങ്ങളില്ലാതെയാകുന്നു.

അവൻ-
അന്നു വരെ ചെയ്ത
പാപങ്ങൾക്ക് പരിഹാരമായി
അവളുടെ-
കൈ-പാദങ്ങൾ കഴുകുന്നു.

ചിലർ -
മരണവീട്ടിലെ അതിഥികളെപ്പോലെ,
അറിയാത്തവപോലും ചോദിക്കുന്നില്ല. ചിലരോ—
കല്യാണവീട്ടിലെ അയൽക്കാരിയെപ്പോലെ
ഒരാണ്ട് വിശേഷങ്ങൾ
ആവർത്തിച്ചാവർത്തിച്ച്...

എം ആർ ഐയുടെ
ചിതാപീഡപർവ്വം
കഴിഞ്ഞുവന്ന് കിടന്നപ്പോൾ,
ഇരുമ്പ് കട്ടിലിനൊക്കെ
എന്തൊരു പതുപതുപ്പാണ്!.

കണ്ണ് തുറന്നപ്പോൾ;
ഓക്സിജൻ സിലിണ്ടറുമായി ഒരമ്മൂമ്മയും കുടുംബവും
പിന്നെ സിസ്റ്ററും,
കട്ടിലൊഴിവില്ലാതെ
മുഖാമുഖം നോക്കിനിന്നപ്പോൾ,
'തറയിൽ കിടന്നോളാ'–
എന്നല്ലാതെ
ഒരു മനുഷ്യന്
എന്തുപറയാൻ കഴിയും?

നാളുകളുടെ പ്രതീക്ഷയിൽ കെട്ടിക്കിടന്ന- ഒരുവൻ,
ഗ്ലൂക്കോസിന്റെയും
സൂചികളുടേയും ബന്ധനത്തിൽനിന്ന്,
സ്വയം ഡിസ്ചാർജ് പ്രഖ്യാപിച്ച്, വീട്ടിലേക്ക് മടങ്ങി.
മാലാഖമാർ ആ സ്വതന്ത്രനെ തേടിയിറങ്ങിയോ എന്ന്,
എനിക്ക് അന്വേഷിക്കാനും തോന്നിയില്ല.

കോഫി ഹൗസിലേയും,
സീൽ അടിച്ചു കിട്ടാനുള്ള കൗണ്ടറിലേയും
നാലാൾ ക്യൂവിനൊക്കെ,
എന്തൊരു നീളമാണ്!.

സെക്യൂരിറ്റികാരൻ ചേട്ടൻ
എന്ന ഒറ്റയാൾ പട്ടാളത്തിന്റെ,
ഷർട്ടിൽ തുന്നിച്ചേർത്ത
'സെക്യൂരിറ്റി' എന്ന പദത്തിനേക്കാളൊക്കെ
എന്ത് സേഫും സെക്യോഡുമാണിവിടം.

സാനിറ്റയ്സറിന് മൂട്ടയെക്കൂടി
കൊല്ലാൻ കഴിയുമെന്ന, കണ്ടുപിടിത്തത്തിന്റെ പേറ്റന്റ്
എവിടുന്നാണ് സംഘടിപ്പിക്കേണ്ടത്?

കഴുകിയും കഴുകിയും,
ഇനിയും സാനെിറ്റൈസിങ് ചെയ്യാൻ കഴിയാതെ പോയ
സോ കാൾഡ്
മലമൂത്ര സഞ്ചയങ്ങൾ.

ടോയ്‌ലറ്റിനടുത്തെ കട്ടിലിൽ
ഏതോ ഗ്രഹത്തിൽനിന്നും
വന്നു– 'പെട്ടുപോയ'
രണ്ട് പോളിഷ്ഡ് ലേഡീസ്,
ആരുടേയും–
ഭാഷയും വേഷവും
മനസ്സിലാവാതെ നടത്തുന്ന,
ഭയം എന്ന
വികാരഭരിത ടാബ്‌ളോ,
ഇപ്പഴും കാണാം.

ഗ്രില്ലിനപ്പുറത്ത്–
ഡ്യൂപ്ലിക്കേറ്റ് പാസ്സുമായി നിന്ന അനധികൃതനേക്കാൾ,
ആരെങ്കിലുമൊരാൾ വന്നിരുന്നുവെങ്കിൽ എന്ന-
പ്രതീക്ഷക്കു നേരെയാണ്,
എനിക്ക്
കണ്ണടക്കാൻ തോന്നിയത്.

മുന്നൂറ് രൂപകൊണ്ട്,
'പൈസയൊക്കെ ഉണ്ട്' എന്ന്
ആത്മവിശ്വാസം പറഞ്ഞ സഹോദരി.

"അമ്മേ, വന്ന് എന്റൊപ്പം കിടക്ക്"
എന്ന് പറഞ്ഞു കരഞ്ഞ,
അൻപത് കഴിഞ്ഞ സഹോദരൻ.

ഒന്ന്, രണ്ട്, മൂന്ന്, നാല്
അഞ്ച്, ആറ്, ഏഴ്, എട്ട്,
ഒൻപത് -അതെ,
ഇന്നാണ് ഏറ്റവും കൂടുതൽ മനുഷ്യപൊതികൾ,
റോളിങ്ങ് ട്രേയിലൂടെ,
എനിക്ക് മുന്നിലൂടെ
മാർച്ച് പാസ്റ്റ് ചെയ്തത്.

അതിനുപുറകേ,
നിറയേ നിറഞ്ഞ
മൂത്രസഞ്ചി വലിച്ചുവലിച്ച്,
ഒട്ടും ഭാരമില്ലാതെ,
ഒരാൾ നടന്ന് പോകുന്നു.

അയാൾക്ക് പുറകെയാണ് ഞാനിപ്പോൾ.

എങ്കിലും,
ഇന്ന് ഞാൻ ഉറങ്ങട്ടെ?
●

പണ്ടു മുതലേയുള്ള കഥ; സിംഹവും മാനും

വിശപ്പ്, ജീവൻ
ജീവൻ, വിശപ്പ് ;
എന്നൊക്കെ പറഞ്ഞായിരുന്നു ഓട്ടം.
ഒടുവിൽ,
വിശപ്പ് തന്നെ ജയിച്ചു.

പിന്നെ,
ബാക്കിയായ
ഭക്ഷണത്തിന്റെ വർത്തമാനം;
ആരാധനയാണ്,
വിശപ്പ് മാറിയാൽ-
പിന്നെ നമ്മളെ തൊട്ടില്ല,
നമ്മുടെ രക്ഷകൻ!

നിത്യതയിൽ ഭക്ഷണം-
ചുണ്ടിൽ വീണ
അവസാനതുള്ളി
രക്തത്തെയോർത്തു-
വെള്ളമിറക്കി.

'ഒടുവിൽ മാത്രമാണ്
ഭക്ഷണം ജയിക്കുക'-
എന്ന ദഹിക്കാത്ത പ്രാർത്ഥനയിൽ,
ജീവൻ-
പിന്നെയും പിന്നെയും അയവിറക്കി.

●

നല്ല നടൻ

നീയറിയുന്നുവോ നിളേ;
നിന്നിലൂർന്ന്
നിന്നിലുണ്ട്
നിന്നിലുണർന്ന്
നിന്നിൽ വളർന്ന
നിന്റെ മക്കൾ,
നിന്നെയൂറ്റിയൊടുക്കം
നിന്നെ–
നടതള്ളിയത്?

നീയറിയണം നിളേ;
നിന്നിലൂറി
നിന്നാൽ നിറഞ്ഞ്
നിന്നിൽ തളിർത്ത
നിന്റെ-യീ കാമുകനോ
നല്ലയടക്കം തികഞ്ഞൊടുക്കം,
നല്ല-
നടനുമായത്.

●

പ്രണയവീട്

വീടിനോടടുക്കുമ്പോൾ
വഴിപിരിയേണ്ടി വരുന്നൊരു-
സുഹൃത്തിനെപ്പോലെ;
നിന്നിൽനിന്നും മടങ്ങി,
ചെന്നുകേറുവാനെനിക്കൊരു-
മറുവീടില്ല.

മരണത്തിന് (പ്രണയത്തിന്),
ഒരു വാക്കേയുള്ളൂ
'വാ'.
മരണമേ... (പ്രണയമേ...)
നിന്നിലൂടെയല്ലാതെ,
എനിക്കു കടന്നുപോകുവാനൊരു,
മറുവഴിയില്ല.

●

കിന്നാരത്തുള്ളികൾ

(മഴയുടെ ഒരു ഹൈക്കു പെയ്ത്ത്)

പുതുമഴ

ഇനിയും പെയ്യാത്ത മഴയാവണം
ഇനിയും നിറയാത്ത പുഴയാവണം

കിണർ മഴ

പുൽക്കുട്ടവും
പുൽച്ചാടിയും
കുത്താടികളും
തവളക്കുട്ടങ്ങളുമുള്ള
പൊട്ടക്കിണറ്റിലേക്കാണ്,
സ്വർണ മത്സ്യങ്ങളും
പവിഴപ്പുറ്റുകളും
ആഴക്കാഴ്ചയും
സ്വപ്നം കണ്ട,
മഴവന്ന് പെട്ടത്!

പ്രണയമഴ

ഭൂമി, അതിന്റെ മുറിവിൽ
മനോഹരമായൊരു കവിത സൂക്ഷിച്ചു;
ആകാശം മഴപെയ്യിച്ചതിനെ
ക്രൂരമായി നോവിച്ചു.

കുളിർ മഴ

നിനക്കറിയോ...
കാറ്റ് വീശുമ്പോഴേ ഞാൻ ആടും,
ഭൂമി നനയുമ്പോഴേ ഞാൻ വിറക്കും,

നീ ഇങ്ങനെ, നിർത്താതെ പെയ്താലോ?

മരണമഴ

മഴക്കാലത്ത് മരിക്കരുതേ...
മഴയും, പിന്നെ
മണ്ണിന്റെ തണുപ്പും,
ഞാനങ്ങു വിറച്ച് വിറച്ച്,
ചത്തുപോകും.

തെരുവുമഴ

ആരും പുറത്തിറങ്ങാത്ത
മഴയുള്ള രാത്രിയിൽ,
നമുക്ക് പുറത്തുവെച്ച് ചുംബിക്കാം.
അല്ലേലും നമ്മളെപ്പോലെ,
മഴ നനയാൻ
ആർക്കാണ് വട്ടുള്ളത്.

മൺ മഴ

വൈകിയെങ്കിലും,
ഇന്നലെപെയ്ത മഴയെന്നോട്,
ഒരുപാടൊരുപാട് സംസാരിച്ചു.
ശൂന്യതയിലെ കമ്പനംപോലെ,
ഒരു കവിതപോലെ,
ഞാനതിനെ ശ്വസിക്കുന്നു.
ചോർന്നൊലിക്കുന്ന മൺചുവരിൽ,
ഒരു കരികഷ്ണത്താൽ
ഞാനതിനെ എഴുതിവെക്കുന്നു.

മഞ്ഞുമഴ

നീ തൊട്ടകിലൊരു,
മഴയായി മാറുമാ
മഞ്ഞുപാളി മാത്രം ഞാൻ.

മരമഴ

അത്രനേരവും
കാത്തിരിക്കുകയായിരുന്നു,
ഇലയുടെ മറവിൽ
നിന്നെ തൊടാൻ

മഴ തോർന്നെന്ന് കരുതി,
നീ പെട്ടെന്നെന്നെ മറന്ന്
ആ മരച്ചുവട്ടിൽ നിന്ന്
മാറിക്കളഞ്ഞു.

'മര മഴ'

ഒറ്റമഴ

ദൂരെയൊരു
ചെറുമേഘം കാണുന്നില്ലേ?
ഒറ്റക്ക്,
ഇരുണ്ട്,
നീലിച്ച്.
കാത്തിരിക്കണേ..

കലിമഴ

ചില സമയത്ത് മഴയെന്നെ ശകാരിക്കുകയാണോ
എന്നു തോന്നിയിട്ടുണ്ട്.
നിന്നെ എന്റെ നോവിലേക്കെറിഞ്ഞിട്ട്,
എന്നോടൊപ്പം ഉറക്കാതിരുത്തിയതിന്.

പുഴമഴ

ദേ ഭൂമി,
നീയൊരു
പുഴയൊരുക്കിയാൽ,
ഞാനൊരു മഴയാവാമെന്നു
ദാ ഈ മേഘം.
എന്താ പറയേണ്ടേ?

ചുംബനമഴ

പ്രിയപ്പെട്ടവളേ...
എന്നാണ് എന്നാണ്,
മഴ നനഞ്ഞു നനഞ്ഞ്,
ചുണ്ട് തേഞ്ഞു തേഞ്ഞ്,
നീ തരാമെന്നേറ്റ ചുംബനം.

തുടർ മഴ

തടയരുതേ...
ചങ്കിൽ നിന്നുള്ള
പെയ്ത്താണ്.

ആലിംഗനമഴ

'ദൂരെ'
'ജനാല തുറന്ന് വെച്ച്',
'അങ്ങേയറ്റത്തെ ഏകാന്തത പുണർന്ന്',
'ഒരു കവയത്രിയെപ്പോലെ',
ഒന്നും വേണ്ട, എന്നെ ആസ്വദിക്കുവാൻ.

നിന്റെ മുറിക്കുള്ളിൽ,
നിന്റെ കിടക്കപ്പായയിൽ,
നിന്റെ തൊലിപ്പുറത്തൊട്ടി ചേർന്ന്,
നിന്നെയാകെ നനച്ച–
പെയ്യുന്നുണ്ട് ഞാൻ.

കവിതമഴ

നിന്നെ ഒളിച്ചുവെച്ചാണ്,
ഞാൻ കവിതയും
കഥയും എഴുതിവെച്ചത്.

മഴ വന്ന്,
അതൊക്കെ നനച്ചു.
എല്ലാ അക്ഷരങ്ങളും
ചേർന്നൊട്ടി.
എവിടെയോ ഒരറ്റത്ത്,

ഒരു "നീ"

ചാറ്റൽ മഴ

അവൾക്ക് മടുത്തെന്ന്;
ഒന്നുകിൽ
നേരെചൊവ്വേ പെയ്യുക,
അല്ലേൽ
പെയ്തൊഴിഞ്ഞങ്ങു പോകുക,
ഇതൊരുമാതിരി...

ഞാനെന്ത് ചെയ്യാനാ?
ന്ന്,

'ചാറ്റൽ മഴ'

ഭ്രാന്തൻ മഴ

പൊട്ടക്കുളത്തിന്റെയൊരു സ്വപ്നം;
തോന്നുമ്പോ തോന്നുമ്പോ–
പെയ്തൊഴിഞ്ഞു പോവാൻ-
മാത്രമുള്ളൊരു,
മഴയാവണം
അടുത്ത ജന്മത്തിൽ.

മരണമഴ

ഇനി എന്നാണ് ആ മഴക്കാലം വരിക.. !
എന്നാണ് അവളുടെ കുടക്കീഴിൽ ആ മഴ നനയാനാവുക.!
എന്നാ മഴ തോരുന്നുവോ,
അന്നാ മടിയിൽക്കിടന്നു മരിക്കണം.

ഒളിമഴ

വാക്കുകൾ
വിസ്മൃതികളായി പല്ലിളിക്കുന്നു,
കൊതിച്ചതിൽ ഒരിറ്റ്-
നനവ് പൊടിക്കാതെ
അവയെന്നും കാർമേഘത്തിൽ പിന്നിലൊളിക്കുന്നു.

പെയ്യുമായിരിക്കും;
കടലായി ഒരുനാൾ
എന്റെ നെഞ്ചത്ത്.

എന്ന് മണ്ണ്.

കരിമഴ

മഴപെയ്യുമ്പോൾ
മരങ്ങളെല്ലാം
കറുത്തുകാണുന്നത്,
മഴയുടെ നിറം
കറുപ്പായതുകൊണ്ടാണോ?.

മഴക്കിനിയുമാരും
നിറമെന്തെന്ന് പറഞ്ഞിട്ടില്ല

നിറമറിയാത്തതിനൊക്കെയും,
നിറം കറുപ്പാണോ?!

മൗനമഴ

മഴപെയ്യുകൊണ്ടിരിക്കുന്നു.
നക്ഷത്രങ്ങൾ ചൂട്ടുതേടിയെങ്ങോ മറഞ്ഞിരിക്കുന്നു.
ചന്ദ്രൻ അവരെത്തേടി പോയതാകാം.
നിലാവില്ല,
നിലവിളിക്കും ചീവീടുമില്ല.
മഴപെയ്യുകൊണ്ടിരിക്കുകയാണ്,
എന്റെ മന്ദാരത്തിന് മീതെ...

വേനൽ മഴ

മഴയേ മാത്രം
ധ്യാനിച്ച കവി,

വെയിലിൽ,
വിണ്ടുകീറിയ
പുഴയായ്.

●

കടൽ പരൽമീനുകളെ കൊല്ലുന്ന വിധം

കടൽ,
ഒരു പരൽമീനിനെ
കൊല്ലുന്ന വിധം;

ആദ്യം കടലതിന്റെ
ആകാര ലഹരിയാലവനെ,
ഉന്മത്തനാക്കാനിളകും.
നിഷ്കളങ്കനാം പരൽമീനപ്പൊഴാ-
ഇരുട്ടിൽ ചിരിച്ചു വാലാട്ടും.

തോറ്റ കടലതിന്റെ
ചതിയയനാം പങ്കാളി,
തിരയെ കൂട്ടുപിടിക്കും.
വെളിച്ചം കാണിക്കാമെന്ന വ്യാജേന,
തിരയതിന്റെ തീരങ്ങളിൽ,
പരൽമീനിനെ ചെന്നാക്കും.
കടൽ ഉൾവലിയും!

മരിച്ചത് പരലായിരുന്നു!
കൊന്നത് കടലായിരുന്നു!

വിളികളെപ്പോഴും,
അരികിലേക്കല്ലായിരുന്നു.

●

കടൽ കവിതകൾ

നിറവ്

പുഴകൊണ്ടേ
കവിഞ്ഞതിപ്പോൾ,
കടൽകൊണ്ടുപോലും
നനയുന്നില്ലല്ലോ?

ലാഭം

നാം,
നാമൊരേ ചോര
നാമോരോ ചോരമണക്കണ്
ചെങ്കടൽ കണക്കെ,
പൊങ്ങിക്കിടക്കണ്
ആഴംതൊടാ,
ലാഭം പിടക്കണ്.

അനശ്വരം

കരയോളം കടൽ
കടലോളം കര
ചുംബിച്ചു ചുംബിച്ചു,
ചിരഞ്ജീവികളായവർ.

പുഴയൊരു കടൽ

കെട്ടിയിട്ട
കുറവുണ്ട്;

കാഴ്ചയിൽ
ആഴത്തിൽ.

എങ്കിലും
ഞാനൊരു
പുഴയാണ്;
കുതിപ്പാനായ്
നോറ്റം കൊണ്ട്,
കടലാവാൻ
കനവ് കണ്ട്,
നിന്റെ കനിവിനായ്
കാത്തുകിടപ്പോൻ

കടലുവെച്ചൊരു നുണ

കടലൊരു മഹാനുണയാണ്;
എത്ര തവണ കുളിച്ചുതോർത്തിയിട്ടും,
മണൽത്തരികൾക്കിപ്പഴും
കണ്ണീരുകലർന്ന ഉപ്പിന്റെ രുചി.

മൂതി

കടലിന്റെ
പിടച്ചില്,
കരയിലെ
കൗതുകം.

തിരയുടെ
മരണം,
മണലിന്ന്
ശാന്തി.

കളവ്

കൂടെ-
ഒഴുകാതെ
എന്നെയെന്തിന്

പുഴയെന്ന് വിളിപ്പൂ നീ.
കുളിര്-
കടമെടുക്കാതെ,
കടലിൽ കാണാമെന്ന്,
കളവ്-
ചൊല്ലിയതെന്തിന് നീ?

സമാപനം

പുഴയാണെന്നറിയുന്ന നിമിഷം,
നീന്തുകയായിരുന്നു
ഞാനൊരു കടലിൽ.
നീന്തുന്നത് കടലിലാണെന്ന് അറിഞ്ഞപ്പോൾ
ഉടൽ ആവിയായി
പറന്നു തുടങ്ങി.
ചിറകില്ലെന്നറിഞ്ഞനേരം,
മനമെങ്ങോ തണുത്തുറഞ്ഞ് പോയി.

വെളിച്ചം– കാറ്റായി–മനം കുളിരവേ
പെയ്തു ഞാനൊരു മഴയായി.
പിന്നെയൊഴുകി,
ഞാനൊരു പുഴയായി.

ഇടർച്ച

അലകളാണ് പറഞ്ഞത്;
കടല്,
പുഴകളുടെ
സംഗമം മാത്രമല്ലെന്ന്!

നീയെന്ന കടൽ

നിൻ പാദചുംബനത്തിൻ-
ഉന്മാദമേറ്റ്,
കടലാഴങ്ങൾ നിൻ
കാല്പാദംപുല്കും.

നിൻ കണ്ണെഴുതാൻ മോഹിച്ചവ,
തൻ ചക്രവാളങ്ങളിലിരുൾപുരട്ടി,
നിന്നിലുരുകി ഇരുണ്ടലിയും.
കടൽകാറ്റ് നിന്നെയതിൻ
കവിത പോലൊരു തിരുവസ്ത്രമാക്കും

ഇനി
നീ കടലിലല്ല,
കടൽ നിന്നിലാണ്.

ആഴം

എന്റെ-
മിഴികളിലേക്കു നോക്കൂ,
ഹൃദയത്തിന്റെ
ഉൾക്കടൽ കാണൂ.
അലകളില്ലാത്തവനും
ആഴമുണ്ടെന്നറിയൂ,
ഉറവയിൽനിന്നു കോരിനീ,
ദാഹം മറക്കൂ.

കടലേ എന്റെ കരളേ

നിന്റെ വഴികളിലെന്റെ
ചിരകാല വ്രണിതഭാണ്ഡം.
നിൻ നുരകളെന്റെ,
കരയില്ലാ ലഹരിതൻ പാനപാത്രം.
നിൻ ഓളങ്ങളെന്റെ,
ഉള്ളിലൊതുങ്ങാ മോഹഭംഗം
നിൻ തീരങ്ങളിലെന്റെ,
പരൽതുടിപ്പിൽ മരണപത്രം.
കടലേ,
എന്റെ കരളേ...

●

ഒരു പുഞ്ചിരി

കാറ്റ് നല്ലവണ്ണം വീശുന്നുണ്ടായിരുന്നു.അതുകൊണ്ടായിരിക്കാം പത്തു പന്ത്രണ്ട് വയസ്സ് തോന്നിക്കുന്ന ഒരു പെൺകുട്ടി, നടക്കുന്ന റോഡിൽ നിന്ന് അരികിലേക്ക് കാൽ തെന്നിവീഴാൻ പോയതെന്ന് ആദ്യം നിനച്ചു. പിന്നെ ആ കൊച്ചിന്റെ തോളിലെ ബാഗ്ഭാരമാവും എന്നും കളിവിചാരിച്ചു. പിന്നീടാണ് മനസ്സിലായത്, ആ കുട്ടിയുടെ കാലിന് അല്പം പ്രശ്നക്കൂടുതൽ ഉണ്ടെന്ന്. ആ സമയം, സ്വാഭാവികമായും ഞാനെന്ന വൻമരത്തിന്റെ ചില്ലകൾ താഴുന്നു. വില കൂടിയ സിമ്പതിയുടെ ചിരി അവൾക്ക് നല്കുന്നു. അവളോ, ഇളനീർ പൊയ്കയിൽ പദ്മപ്രഭ പോലൊരു പുഞ്ചിരി, തിരികെ സമ്മാനിക്കുന്നു. ഈ വൻമരത്തിന്റെ മൂത്ത കൊമ്പൊടിയുന്നു.

നല്ലപൂവ് നല്ല മരത്തിലേ കായ്ക്കൂ എന്നറിയുന്നു.

ഇനിയും ചിരിക്കാൻ പഠിക്കേണ്ടിയിരിക്കുന്നു.

●

ഭൂമിയുടെ അറ്റം

ഭൂമിയുടെ വിളുമ്പിലായി കുടിയിരിക്കുന്ന, സർവോപരി
സാധാരണക്കാരായ മുക്കുവരുടെ സമ്പാദ്യങ്ങളെന്തൊക്കെ!
പ്രക്ഷുബ്ദ്ധമായ കടലിനെക്കാൾ ശാന്തമായ അന്തികൾ,
അന്നന്നത്തെ വിയർപ്പുകൊണ്ടു തിളയ്ക്കുന്ന കഞ്ഞിപ്പാത്രങ്ങൾ,
എപ്പോൾ വേണേലും തിരകേറി മേയാവുന്നതും,
എന്നാലാർക്കും സ്വാഗതമെന്നോതുന്ന വാതിലില്ലാ വീടുകൾ,
അല്പകാര്യങ്ങളിലെ ആഴം,
നിഷ്കളങ്കവും അളവില്ലാത്തതുമായ ആത്മാർത്ഥത.
അപകടകരമാം പ്രളയത്തിരമീതെയും മറികടക്കാമെന്ന ചങ്കൂറ്റം.

സത്യമായും ഭൂമിക്ക് ഏറ്റവും കൂടുതൽ ഓക്സിജൻ ലഭിക്കുന്ന സ്ഥലം
കടല് തന്നെ.

ആദിയിൽ കാലിനുമീതെ കാറ്റുവീശി.
ആ കാറ്റ്, മാനവരാശിയുടെ ശ്വാസമായി.
ആ കാറ്റിൻ നാലുചുവരുകൾക്കുള്ളിൽ,
അതിന് നടുക്കേപ്പിറന്ന്,
ഞാൻ,
ഒന്ന്,
രണ്ട്,
മൂന്ന്....
തീരക്കടലിലെ ജീവിത പാഠങ്ങളെണ്ണി തീരുവതെന്നോ?
●

ആത്മഹത്യ

എല്ലാ വെളിച്ചവും,
ജീവനിലേക്കുള്ള
വഴികളായിരുന്നില്ല.

അഗാധമായ
അന്ധതയുടെ,
അനാഥമൃതിയുടെ,
വിലാപസ്മൃതി–
കൂടിയാടുന്ന,
വെളിച്ചം.

ഇയാമ്പാറ്റകളുടെ
ഒടുവിലെ ചിറകിലും,
അതിന്റെ
മുദ്രയുണ്ടായിരുന്നു!.
●

ലോട്ടറി

അതിന് ചേട്ടാ... ഇതിന്റെ സമയം കഴിഞ്ഞില്ലേ!?

രാവിലെ മുതൽ ഒന്നും വിറ്റ പോയില്ല കുട്ടാ. അതുകൊണ്ടാ..
നാളെ പേപ്പറിൽ നോക്കിയാ മതി. ഞാനും റിസൾട്ട് നോക്കിയിട്ടില്ല.

(ഭാഗ്യമല്ലേലും,
രണ്ടു പേർക്കിടയിലെ
അജ്ഞതയിൽ
തളിർക്കുന്ന
പൂവാണല്ലോ)

●

വലിയപിഴകൾ ചെയ്യുന്നവർക്കുള്ള ശിക്ഷ

ബോർവെൽ കുഴിക്കാൻ കെല്പില്ലാതെപോയ ഒരു കാക്കകുടുംബം,
ദേ അങ്ങ്, അയൽ വീട്ടിലെ തേക്കുമരത്തിന്റെ നെറുകയിൽ.
മീനവെയിൽ കനക്കുമ്പോൾ
കുഞ്ഞും കൂട്ടും കാക്കാൻ പെടാപ്പാട്പെടുന്നു.
ഇച്ചിരി വെള്ളം കുഞ്ഞു പാത്രങ്ങളിലാക്കി മതിലിൽമേൽവെച്ചു.
പെട്ടന്ന്തന്നെ മണത്തറിഞ്ഞവർ എത്തി.
അവർക്ക് ശേഷം ബുൾബുള്ളും, അങ്ങാടിക്കുരുവിയും, മൈനയും,
അടക്കാക്കരുവിയും,അണ്ണാനും എത്തി.
'എവിടാരുന്നു'?
'ഓ..
കുളങ്ങൾ പരിസരം മറന്നു,
തടാകമോ ആഴംകീറി,
പുഴകൾ മണൽപരപ്പതു-
മാത്രമായി.
ഗതി മുട്ടി.
വെള്ളത്തെ മറന്ന് നിങ്ങൾക്ക് ഞങ്ങളെക്കാൾ ദൂരം
പറക്കാനോക്കുമോ?
പക്ഷി-മൃഗാധികൾ മനുഷ്യന്റെമേൽ
അധീശത്വം വെക്കാതെപോയതോ,
ഞങ്ങളുടെ ചെറിയ പിഴ'?

അപ്പോൾ വലിയ പിഴകൾ
ചെയ്തവർക്കുള്ള ശിക്ഷ എന്താണ്?

●

നിസ്സാരം

പാടത്തു പണിയെടുക്കുന്ന
അമ്മക്ക്, കഞ്ഞിയുമായി
വളരെ തിടുക്കത്തിൽ പോകുകയായിരുന്നു ഞാൻ.
ആ സമയം,
സൊമാറ്റോയുടെ ഡെലിവറിബോയ്
എന്നെ
'ഏറെ പിന്നിലാക്കി'
'നിസ്സാരമായി' കടന്നു പോയി
●

കീറാമുട്ടി

കേക്കണേ...
സയൻസ് പിള്ളേളരുടെ (ബിരുദ) ഭാഷാ പരീക്ഷക്ക് കാവൽ ഡ്യൂട്ടി.
തമിഴും സംസ്കൃതവും പിന്നെ നമ്മുടെ മലയാളവുമുണ്ട്
തമിഴ് പേപ്പറിൽ ഒട്ടുമുഴുക്കെ ഇംഗ്ലീഷ്!
സംസ്കൃതം പേപ്പറിൽ മുഴുക്കെ മലയാളം!
തമിഴരോട് ചോദിച്ചപ്പോൾ
ട്രാൻസ്ളേഷൻ ആണത്രേ!
സംസ്കൃതം പണ്ഡിതരോട് ചോദിച്ചപ്പോൾ
അങ്ങനെ എഴുതാൻ 'ഓപ്ഷൻ' ഉണ്ടത്രേ!
മലയാളികളോട് മിണ്ടാൻ പോയില്ല.
യാതൊരു ഓപ്ഷനുമില്ലാത്ത
അവർ കണ്ണുംപൂട്ടി എഴുത്താണ്...
അല്ലേലും,
ചോദിക്കാനും പറയാനുമില്ലാത്തവർക്ക്
യാതൊരു ഓപ്ഷനുമില്ലല്ലോ...

●

മാനിഫെസ്റ്റോ

വായിച്ചില്ല;
കമ്മ്യൂണിസ്റ്റ് മാനിഫെസ്റ്റോ.

മരിച്ചുപോയ–
ശത്രുക്കളെയോർത്ത്
സഹതപിക്കാനും,
ജീവിച്ചിരിക്കുന്ന
മിത്രങ്ങളെയോർത്ത്
കല്ലുകടിക്കാനും,
വയ്യെന്നോർത്ത്;

വായിച്ചില്ല,
കമ്മ്യൂണിസ്റ്റ് മാനിഫെസ്റ്റോ.
●

ആൻഡ് ദി ബെസ്റ്റ് ആക്ടർ അവാർഡ് ഗോസ് ടു...

ഓഡിയൻസ് പോൾ മാത്രമേ ഉണ്ടായിരുന്നുള്ളൂ.

അയാളോ പക്ഷെ,
ലൈറ്റ്സ് ഓൺലി കാലത്തും,
കറുപ്പായി തന്നെ
അയാളെ മറച്ചുവെച്ചു.

അയാളോ പക്ഷെ,
ഒച്ചയെടുക്കാതെല്ലാമടക്കം ചെയ്ത്
മിക്കപ്പോഴും മിടുക്ക്കാട്ടി.

അയാളോ പക്ഷെ,
മനസ്സ് കൊതിച്ചവയെങ്കിലും,
അയാളപരന്റെ ഭാഷയിൽ
സ്വയമൊരു സബ് -ടൈറ്റിലായ്മാറി.

അയാളോ പക്ഷെ,
തന്മയത്വം അടിയറവെക്കാതെത്ര–
കാലത്തിന്റെ കയ്യടികളെ,
വെറുതേ തുലച്ചങ്ങനെ,
വിഡ്ഢിയായെപ്പൊഴോ,
അയാൾ മരിച്ചു ജീവിച്ചു.

അയാളോ പക്ഷെ,
അങ്ങനെ അവരോടൊപ്പം
അയാളും മികച്ച നടനായി.

●

ഒ.വി.

മാഷേ എപ്പ വന്നു?
അതിന് ഞാനെവിടെ പോകാൻ?

തിരക്കാണ് ല്ലേ? എന്നും ഓട്ടമാണല്ലോ?
ഏയ്, നമുക്ക് മെല്ലെ നടന്നാലോ?

എന്ന ഒന്ന് നടക്കാം മാഷേ
വേണ്ട. നമുക്കിങ്ങനെ ചടഞ്ഞിരിക്കാം

എന്നപ്പിന്നെ മാഷിന്റെ ആഗ്രഹം പോലെ
ഒന്ന് കിടന്നാലോ, എന്നാണിപ്പോഴെന്റെ ഒരു ആശ

ഇങ്ങനെ ചുരുണ്ടുകൂടിയാൽ വളരണ്ടേ?
അതിന് ഞാൻ ഇനിയും ജനിച്ചിട്ടേ ഇല്ലല്ലോ

മാഷേ...
(മൗനം)

●

വിലക്കപ്പെട്ട മുറി

അരുതരുത്,
എന്റെ മുറിയിലേക്കാരും
കയററുത്.

പൂച്ചയില്ലാത്ത,
പട്ടിയില്ലാത്ത,
എലിയില്ലാത്ത,
എന്റെ മുറിനിറയെ
പേടിച്ചരണ്ട്,
വാലുമുറിച്ചോടുന്ന,
ഭ്രാന്തൻ-
പല്ലികളാണ്.

ഇണയകന്നെന്റെ
മുറിനിറയെ,
ഇണ ചേരുന്ന
ഉറുമ്പുകൾ,
പാറ്റകൾ,
പൂമ്പാറ്റകൾ,
ഉടുതുണിയഴിച്ചിട്ട-
പാമ്പുകൾ.

സ്വിച്ചിട്ടാൽ ഞെട്ടുന്ന ഫാൻ,
ഞെട്ടലേൽക്കാത്ത
ഒരേഴുകാലെട്ടുകാലി.

വെളിച്ചത്തിൽപ്പെട്ട്,
വിളറിയൊരറ്റം കറുത്ത-
ട്യൂബ് ലൈറ്റ്. പിന്നെ,
വെളിച്ചത്തിന് പിടികിട്ടാത്ത-
ഇരുട്ടിന്റെ വല.

അരുതരുത്,
എന്റെ മുറിയിലേക്കാരും
കയറരുത്.

ചില്ലോട്ടിലൂടെ
പൂക്കുന്നുണ്ട്, ചില-
താന്തോന്നി പൂക്കൾ;
തെച്ചി,
മുരിക്ക്,
ചെമ്പരത്തി,
പിന്നെ ഒരുത്തുണ്ട്
ചുവന്ന കറുത്ത-
ചെമ്മാനം.

അരുതരുത്,
എന്റെ മുറിയിലേക്കാരും
കയറരുത്.

പുറംചട്ട തല്ലിയൊതുക്കിയ,
അക്ഷരങ്ങളായിരം,
മാറത്തടിച്ച്
വിലപിക്കുന്നുണ്ട്,
ഊമനാമെന്റെ
പുസ്തകചില്ല നിറയെ;
നിരോധിക്കേണ്ടവ,
വെടിയേൽക്കേണ്ടവ.

അരുതരുത്,
എന്റെ മുറിയിലേക്കാരും
കയറരുത്.

ബൈബിളില്ലാത്ത,
ഖുറാനില്ലാത്ത,
ഗീതയില്ലാത്ത,
ദൈവമില്ലാത്ത-
അതിനാൽ സാത്താനില്ലാത്ത,
എന്റെ മുറിയോടെനിക്ക്-
ആരാധനയാണ്.

അരുതരുത്,
കതക് തുറന്നെന്നെ
നിങ്ങളുടെ ഇരുട്ടിലേക്ക്-
പിടിച്ചുകെട്ടരുത്.

അരുതരുത്,
എന്റെ കവിതയോടൊപ്പം,
നിങ്ങളുടെ ഇരുട്ടിലേക്കെന്നെ-
പിടിച്ചുകെട്ടരുത്.
●

കുരുവിയാണെ സത്യം

കുരുവിയുടെ ഭാഷ-
മനസ്സിലാവാത്ത,
മനുഷ്യരോടീ- സത്യ-
മെങ്ങനെ ഞാൻ പറയും?

അതിരില്ലാത്തൊരാകാശവും
തളരാത്ത ഇരുചിറകും-
മറന്നൊരു കുരുവി,
എന്റെ പുരയുടെ
ജനാലയരികിൽ
ഒരു ചെറുകൂട് കൂട്ടി.

അതൊരു നുണയെന്ന്,
കുരുവിയെ അറിഞ്ഞ
എല്ലാവരും പാടി.

കൂട്ടിൽ തിളങ്ങുമെന്തിനോ
കുരുവി കാവലാണ്.
മഴയത്തും
അടയിരുന്ന്,
വെയിലത്തും
നിഴൽപോലെ,
കുളിരിലുമത്
ചെറു ചൂടായ് പൊതിഞ്ഞു

തിളങ്ങുന്നതെന്റെ;
തൊടിയിൽ മറന്നുവെച്ച
ഹൃദയങ്ങളിലൊന്നായിരുന്നു,

കുരുവിയാണേ സത്യം.

●

ടി.പി.

വെട്ടിയോനും
വീഴ്ത്തിയോനും
കണക്കുണ്ടായിരുന്നു.

കൂടിനിന്നവർ പിരിഞ്ഞുപോയ്.
ആറടിക്കണക്കിന്റെ
അരികിൽ കിടന്ന്,
അമ്മ പറഞ്ഞുകരഞ്ഞു;

'അവനൊന്നിനും
കണക്കില്ലായിരുന്നു'
●

പുറന്തള്ളപ്പെട്ടവൻ

ഇളവെയിലിൽ
പുഴയിലെന്നപോൽ,
പുഴയഴകിൽ
പരൽമീനെന്നപോൽ,
കണ്ണഞ്ചിപ്പിക്കുമാ
പ്രകാശങ്ങളില്ലാ,
കാതടിപ്പിക്കുമാ
ഒച്ചകളില്ലാ,
മിഴിപ്പൂട്ടിയതെവിടെ ഞാൻ!

പൊടുന്നനെ
ഞെട്ടറ്റു വീണൊരു
പൂപ്പയെപ്പോൽ,
ശബ്ദ-
വെളിച്ചത്താ-
ലാരവത്താൽ
പുറന്തള്ളപ്പെട്ടു,
വീണതെങ്ങോട്ട്-
ഞാൻ?

പൊക്കിൾക്കൊടി
പൊട്ടരുതായിരുന്നു.
പുറംമോടിതൻ ചിറകുകൾ
വളരേണ്ടതില്ലായിരുന്നു.

ഇനി,
ഒരു വിത്തും,
വക്കുപൊട്ടിയാ-
കുടവും ചേർത്തൊരു
ചെറുകുഴിയിലെന്നെ മൂടവേ,
വിത്തുവളർന്നതു
പൊക്കിൾക്കൊടിയായിട്ടും,
വീണ്ടും,
വാക്കുകൾ തളിർത്തതിൻ,
ചിറകുകളായിട്ടും.

●

കൂട്ട്

കെട്ടിപ്പിടിച്ചും
ആശ്ലേ ചുംബിച്ചും,
നിനക്കിനിയും
മടുക്കാത്തതെന്ത്!
എനിക്ക്,
എന്നെത്തന്നെ,
മടുത്തെന്റെ,
ഏകാന്തതേ....
●

വേസ്റ്റ് മാനേജ്മെന്റ്

പേഴ്സണൽ മാനേജ്മെന്റ്
ഫിനാൻഷ്യൽ മാനേജ്മെന്റ്
റിലേഷൻഷിപ്പ് മാനേജ്മെന്റ്

ഇതൊക്കെ മനഃപാഠമാക്കീട്ടും,
അടുത്ത ജന്മത്തിലെങ്കിലുമൊ-
ന്നമ്മയാവണം എന്നെനിക്ക്,
സ്വപ്നത്തിൽ പോലും തോന്നീട്ടില്ല!.

●

ഗ്രാമവണ്ടി

വിളക്കുമാടങ്ങളിൽ
തിരിതാഴുന്നു.

സങ്കല്പത്തിൽ
ഞാനിപ്പോഴുമൊരു ഗ്രാമമാണ്;
രാത്രിവണ്ടിയിൽ
അകന്നകന്നു പോകുന്ന,
ഒരുൾനാട്.

●

ലോകത്തിലെ ഏറ്റവും ചെറിയ-സസ്പെൻസ് ഹൊറർ ത്രില്ലർ കവിത

വർഷങ്ങൾക്കിപ്പുറം.
വിറ്റുപോകാത്ത
ഉണക്കമൽസ്യങ്ങളിലൊന്നിന്റെ,
വാൽ പതുക്കെ ഇളകി.
പിന്നെയത്– പെട്ടന്ന് കണ്ണുതുറന്ന്
പുറത്തേക്കു ചാടി!
●

മണ്ണ് പറഞ്ഞത്

കർക്കിടകംപോലെ,
നിന്നുകൊണ്ട
പ്രണയമുണ്ടായിരുന്നു
അന്ന്.

മണ്ണു പറഞ്ഞതുകേട്ടു;
ഉള്ളിലേക്ക് നോക്കു...

എണ്ണിപറഞ്ഞപോലെ,
തുള്ളിതറഞ്ഞതുപോലും-
കണ്ടില്ല,
തുളുമ്പിയില്ലൊട്ടുമേ–
പുറത്തൊരിറ്റും

പിന്നെ,
പരിഷ്കാരം വന്നുപറഞ്ഞു;
പ്രണയത്തോണിയിറക്കണം,
പലവഴിയത് നീന്തിയൊഴുകണം,

പുറംതോടില്ലാത്തവൻ
പുറമേക്കൊഴുകിയവൻ

ഒടുക്കം;
പ്രണയച്ചുഴിയിലൊരു-
ഓളമായ്,
വെറുമൊരു–
ഓർമയായ്.

●

കണക്കിലെ പൂജ്യം

അമ്പേറ്റുവീണ കിളിയുടെ
ഇണയെക്കുറിച്ച്,
വിരഹക്കനലിൽ അതെരിഞ്ഞു പോകുമെന്ന
നോവിനെക്കുറിച്ച്
ഉള്ളറിഞ്ഞു നീറുന്നത്,
എന്തുകൊണ്ടാവാം?

ശാസ്ത്രക്ലാസ്സിൽ തെളിഞ്ഞതല്ലാത്തതിനെയൊക്കെ
നുണയെന്നു വിളിച്ചാലും,
ഹേ ശാസ്ത്രത്തിന്റെ രാജ്ഞി,
നീയെന്റെ ശിരസ്സിലില്ല.

തെല്ലൊന്നു തെറ്റിയാൽ,
ലാഭനഷ്ടങ്ങളുടെ കോളങ്ങളിൽ
കുടുങ്ങിപ്പോവാൻ
ബോധമനുവദിക്കാത്തതുകൊണ്ട്,
കണക്കേ നീയെന്റെ ശിരസ്സിലില്ല.

ശിരസ്സിൽ കവിതയാണ്;
നിറയെ തളിർപ്പുകളുള്ള,
അളവോ തെളിവോ
കളവോ ഇല്ലാത്ത, കവിത
●

ഓണം

പകലിൽ,
അത്തി തളിർത്തില്ല.
അരികിൽ,
മുന്തിരി കായ്ച്ചില്ല.
മുറ്റം,
മാവില കണ്ടില്ല.
നെഞ്ചിൽ,
തുമ്പ മണത്തില്ല.
പ്രേമം ചുരന്ന്,
പെണ്ണൊരുവൾ പൂത്തില്ല.
എങ്കിലും,
ഓണമെന്നോ-
ണമെന്നാരോ പറഞ്ഞു.

●

മനുഷ്യപ്പുഴ

ചന്ദ്രാ....
പുഴുവിനെപ്പോലെ-
തോന്നിക്കുന്ന,
മണ്ണിലിഴയുന്ന,
ഈ പൂമ്പാറ്റയുടെ
പേരെന്താണ്?

കുമാരാ...
അതാണ് മനുഷ്യൻ.

മനുഷ്യൻ!
മനുഷ്യൻ!
മനുഷ്യൻ!

●

ഉരുത്തക്കേട്

തുടങ്ങിയേടത്തുതന്നെ
തിരിച്ചെത്തിയപ്പോഴാരോ,
ഭൂമി ഉരുണ്ടതാണെന്നു പറഞ്ഞു.
തുടങ്ങിയേടത്തു തന്നെ ഞാൻ
തിരിച്ചെത്തിയെങ്കിലും
പിന്നെയുമീ ഭൂമി
എനിക്കുമുന്നിൽ
പരന്നു തന്നെ കിടക്കുന്നു.

ഒരാപ്പിൾ തലയിൽ വീണ്,
ഭൂമിനമ്മെ പിടിച്ചുവലിക്കുന്നുവെന്ന്,
ആരോ പറഞ്ഞപ്പോൾ
ഞാനൽഭുതപ്പെട്ടില്ല.
കാരണം,
ആ ഭാരമാണിന്നെന്നെ,
തലപൊക്കാനാനുവധിക്കാത്തത്.
ഭൂമിക്കൊരു ഭാരമാവും മുൻപേ,
ആകാശത്തിനാ-
ശക്തി കിട്ടിയിരുന്നെങ്കിൽ...

●

അന്നന്നു വേണ്ടത്

നാല് വയസുള്ള മകനുമായി,
കുളക്കടവ് എത്തിയതേ ഉള്ളൂ.
അപ്പാ..
ഞാനിതിന്റെആഴങ്ങളിലേക്ക് പോവട്ടെ?
(ങ്ങേ...)
എന്തിന്?
മീനുകൾ ഉറങ്ങുന്നുണ്ടോ ന്ന് നോക്കണ്ടേ?
(അമ്പടാ..)
എന്നിട്ട് അതിന്റെ മൂക്കിൽ തൊട്ടുപറയണം
മേലെയൊക്കെ നല്ല ചൂടാ
ഇവിടെ കിടന്ന് കളിച്ചോളീന്ന്.
അതിന് നിനക്ക് നീന്താൻ അറിയുമോ?
(പറ.. പറ)
മീനുകൾ എങ്ങനെയാ നീന്താൻ പഠിച്ചേ?
(പ്ലിങ്!)

ദൈവമേ..
ഓരോ ദിനത്തിനും,
അതിന്റേതായ
ക്ലേശം മതിയേ...

●

വിഷുക്കണി

മാനത്തമ്പിളി വിളങ്ങും നേരം,
മൺപൊടി പാറും നിരത്തിലൂടെ,
മാമ്പഴം നിറച്ചോരോട്ടോ വണ്ടി,
മണം നിറയെത്തന്നോടിപ്പോയി.

മനസ്സിലാകവേ പതഞ്ഞുകേറി,
മുറ്റം വിശപ്പുമാ കൊന്നപൂവും
മടിപ്പൊതിയില്ലാതീ -യനാഥബാലൻ,
മാമ്പഴമൊന്ന് കൊതിച്ചുനിന്നു.

മാമ്പഴ ലാഭത്തിലല്പം തോറ്റ്,
മാമ്പഴമാകെ യാറ്റിലിട്ട്,
മൺപൊടി പാറും നിരത്തിലൂടെ,
മണമില്ലാതോട്ടോവണ്ടി, തിരിച്ചുപോയി.

മണമില്ലാതോട്ടോവണ്ടി തിരിച്ചുപോകേ,
മാലോക ലാഭത്തിൻ കണക്കറിയാ-
മുറ്റം വിശപ്പുമായി ബാലനന്നും
മാമ്പഴമൊന്ന് കൊതിച്ചുനിന്നു.

മാനത്തമ്പിളി വിളങ്ങിനിന്നു,
മാമ്പഴമൊന്നു കണ്ടു ബാലൻ
മാനത്തു മേഘം ചിരിച്ചുനിന്നു,
മാനത്തെ കൊന്നപൂ പൂത്തപോലെ.

●

വിശ്വാസം

കല്ല് കടവുളായാൽ പിന്നെ,
കടവുൾ കല്ലല്ലെന്നാണ് വിശ്വാസം.
●

വിശുദ്ധ ദിനാചരണങ്ങൾ

ഇന്ന്;
ഇന്നൊത്തിരി
കരയണം,
ഇന്നൊരു വിശുദ്ധനെ
കൊലചെയ്യിച്ച ദിവസമാണ്.

നാളെ?
നാളെക്കഴിഞ്ഞാലൊത്തിരി ചിരിക്കണം
നാളെക്കഴിഞ്ഞാൽ-
ലോകത്തെ
കുഞ്ഞാടുകളാകെ,
ആ വിശുദ്ധനെയോർത്ത്,
ആത്മഹത്യചെയ്യുന്ന-
ദിവസവമാണ്.

●

ഇന്ത്യൻ ടൈംസ്

ഇളയ മകന്-
ഇനിയും നേരം വെളുത്തിട്ടില്ല.
അവൻ കിടന്നുറങ്ങുകയാണ്,
കമഴ്ന്നു കിടന്ന്.

അലൻ കുർദി;
എനിക്ക് നിന്നെ-
ഓർക്കാതിരിക്കുവാനാവുന്നില്ല.
ഉറങ്ങാൻ കഴിയാത്തവരുടെ
മറവികളിൽ പലതും ഇരമ്പുന്നുണ്ട്;
കപ്പലുകളിൽ,
അതിനു താഴെ-
കടലുകളിൽ,
അതിനും താഴെ,
തീരങ്ങളിൽ.

അലൻ കുർദി;
വീണ്ടും നിന്നെ ഞാനോർക്കുന്നു.
അന്ന് നീ കമഴ്ന്നു കിടന്നപ്പോൾ
ലോകം ഉറങ്ങുകയായിരുന്നു.
ഉത്തരങ്ങൾക്കപ്പോൾ-
ചെവികളില്ലായിരുന്നു.
കണ്ണുപൊട്ടിയവ-
തിരക്കൊപ്പം നീന്തുകയായിരുന്നു.

പടിപ്പുരയിലെ പത്തുമിനുട്ട്-
കാത്തുനിൽപ്പിൽ ക്ഷമയറ്റപോലെ... എങ്കിലും-
പടിക്കുഴലിൽ പത്രം പാതിതിരുകി-
പറന്നുപോകുന്ന പത്രപ്പയ്യനോട്
ക്ഷമിക്കാൻ ആരാണാവോ എന്നെ-
പ്രധാനമായും പഠിപ്പിച്ചത്?

പടിക്കുഴലിലെ പത്രമെടുത്തപ്പോൾ കൈകഴച്ചു.
ഈ പത്രത്തിനിതെന്തു ഭാരം?!
ഒരു പ്രസിഡന്റ് കരഞ്ഞ കണ്ണീര്,
ഒരറ്റം കെട്ടികിടപ്പുണ്ട്.

പുറംപേജ് നിറച്ച് പരസ്യം;
ഉരുക്കു മതിലിന്റേതാണ്.
ഒരീച്ചപോലും കേറാത്തവ,
ഒരു നൂറ്റുനൂറ്റാണ്ട് ഈടുനിൽക്കുന്നവ,
തൊട്ടാൽ പൊള്ളുന്നവ.
മെയ്ഡ് ഇൻ പാക്കിസ്ഥാൻ,
മെയ്ഡ് ഇൻ ഗ്രീസ്,
മെയ്ഡ് ഇൻ തുർക്കി,
മെയ്ഡ് ഇൻ ഓസ്ട്രേലിയ, പിന്നെ-
മെയ്ഡ് ഇൻ ഓസ്ട്രിയ പോലുമുണ്ട്.
ഇരുപതടിയുടെ മതിലിനെന്തോ
ഇരുപത് ശതമാനം പോലും
ഡിസ്കൗണ്ട് കണ്ടില്ല.
എങ്കിലുമെന്റെ പടിയും
പിന്നെ പടിക്കാലും മാറ്റണം.
മൂന്നാള് ഒപ്പം പിടിച്ചാൽപോലും,
ഒരടി, ഒരു ദൃഷ്ടി-
എന്റെ മുറ്റത്ത് പതിയരുത്.

പത്രത്തിന്റെ ഉൾപേജ് തുറന്നപ്പോൾ കലപില ശബ്ദമുണ്ടാക്കി,
പലവക കാലിൽവന്ന് വീണു.
തോക്കും തിരയും വരിവരിയായി.
മെയ്ഡ് ഇൻ അമേരിക്ക,

മെയ്ഡ് ഇൻ ചൈന,
മെയ്ഡ് ഇൻ ഇന്ത്യ!
മെയ്ഡ് ഇൻ ഇന്ത്യക്ക്,
പ്രതീക്ഷിത ക്വാളിറ്റി കാണില്ലെന്ന്-
എനിക്കപ്പഴേ തോന്നിയിരുന്നു.
എങ്കിലും ദേശീയത മാനിച്ച്,
അതിലൊന്ന് അരയിൽ തിരുകി.

അകത്ത് മൂത്തമോനെ
ട്യൂഷൻ 'സർ' പാഠം പഠിപ്പിക്കുന്നു.
'കാബൂൾ തലസ്ഥാനമായി വരുന്ന രാജ്യമേതെ'ന്ന് ചോദ്യം
'അഫ്ഗാനിസ്ഥാൻ' എന്ന് ചൊൽകേ,
'ശരിക്കും പറയണം
ഇസ്‌ലാമിക് എമിറേറ്റ്സ് ഓഫ് അഫ്ഗാനിസ്ഥാൻ.'
ഉച്ചത്തിൽ ചൊൽകിനാൽ 'സർ'.

അങ്ങനെതന്നെ ചൊല്ലണമെന്ന്,
മകനെ,
ഒരിക്കൽ കൂടി-
അങ്ങനെതന്നെ പഠിപ്പിക്കണമെന്ന് 'സാറി'നെ-
ഓർമ്മിപ്പിക്കേണ്ടതുണ്ട്.
അല്ലേൽ പി. എസ്സി പരീക്ഷയ്ക്ക് നെഗറ്റീവ് മാർക് വീണ്,
മകന്റെ ജീവിതം വട്ടക്കുമ്പളമായിപ്പോകും.

ഭാര്യ ഉച്ചത്തിൽ ബൈബിൾ വായിക്കുന്നു;
'അന്നുരാത്രി കട്ടിലിൽ രണ്ടുപേർ ഉണ്ടായിരിക്കും.
ഒരാൾ എടുക്കപ്പെടും, മറ്റെയാൾ അവശേഷിക്കും.
രണ്ടു സ്ത്രീകൾ ധാന്യം പൊടിച്ചുകൊണ്ടിരിക്കലും
ഒരുവൾ എടുക്കപ്പെടും,
മറ്റവൾ അവശേഷിക്കും.
കർത്താവേ എവിടേക്കെന്ന്
അവർ ചോദിച്ചു.
അവൻ പറഞ്ഞു;
ശവം എവിടെയോ അവിടെ-
കഴുകന്മാർ വന്നുകൂടും'

“എന്തിനിത്ര ഉച്ചത്തിൽ വായിക്കണം,
ഒരു മാതിരി ഇന്ത്യയെന്ന പേരുകേട്ടാൽ
അഭിമാനിക്കുന്ന അല്പത്തരം പോലെ?”–
‘സാറോ’ട് ചൊൽകിനാലവൻ.
പകലിന്റെ ഉത്തരത്തിനെന്തോ
ശ്വാസം മുട്ടിയപോലെ-
അപ്പോഴവിടെ മൗനം.

റഷ്യൻ പെട്രോളിന്റെ
മോഹവിലക്കുറവിൽ-
കുടുങ്ങിയെന്റെ
ശ്രദ്ധയൊന്നു തിരിഞ്ഞ നേരം,
അരയിൽ തിരുകിയ തോക്ക്
തപ്പിയെടുക്കും മുൻപേ,
അകത്ത് വെടിയുണ്ട ശബ്ദം!
ആ ശബ്ദത്തോടെ
നേരം വെളുക്കണം, അങ്ങനെ-
ഇളയ മോൻ എണീറ്റുകാണണം-
എന്ന്
പ്രത്യാശിക്കണമോ?
പ്രാർഥിക്കണമോ?

●